D1679786

# வேண்டுதல் மரத்திலிருந்து மகள்

சுதா மூர்த்தி 1950இல் வடக்கு கர்நாடகாவில் உள்ள ஷிகாவ்னில் பிறந்தார். அவர் கணினி அறிவியலில் முதுகலைப் பட்டம் பெற்றவர். தற்போது இன்போசிஸ் அறக்கட்டளைத் தலைவராய் உள்ளார்.

ஆங்கிலத்திலும் கன்னட மொழியிலும் சிறந்த எழுத்தாளரான இவர், நாவல்கள், தொழில்நுட்ப நூல்கள், பயணக் குறிப்புகள், சிறுகதைகளின் தொகுப்புகள், கதைகள் மற்றும் கற்பனை அல்லாத துணுக்குகள், மற்றும் குழந்தைகளுக்கான நான்கு புத்தகங்களை எழுதியுள்ளார். அவரது நூல்கள், அனைத்துச் சிறப்பு இந்திய மொழிகளிலும் மொழிபெயர்க்கப்பட்டுள்ளன. சுதா மூர்த்தி அவர்கள், 2006இல் இலக்கியத்திற்கான ஆர்.கே.நாராயண் விருதையும், பத்மஸ்ரீ விருதையும், 2011இல் கன்னட இலக்கியத்தில் சிறந்து விளங்கியதற்காய் கர்நாடக அரசின் அத்திமப்பே விருதையும், 2023இல் பத்மபூஷன் விருதையும் பெற்றவர்.

# வேண்டுதல் மரத்திலிருந்து மகள்

## THE DAUGHTER FROM A WISHING TREE

NOW IN TAMIL

சுதா மூர்த்தி

தமிழாக்கம்: முனைவர். மெய். சித்ரா

ஜெய்கோ பப்ளிஷிங் ஹவுஸ்

அகமதாபாத் பெங்களூரு சென்னை டில்லி
ஹைதராபாத் கொல்கொத்தா மும்பை

Published by Jaico Publishing House
A-2 Jash Chambers, 7-A Sir Phirozshah Mehta Road
Fort, Mumbai - 400 001
jaicopub@jaicobooks.com
www.jaicobooks.com

Text copyright © Sudha Murty 2019
Illustrations copyright © Priyankar Gupta 2019

All rights reserved

Published in arrangement with
Penguin Random House India
No: 04-010 to 04-012, 4th Floor, Capital Tower -1
Mehrauli-Gurgaon Road, Sikanderpur, Sector 26
Gurugram - 122002

THE DAUGHTER FROM A WISHING TREE
வேண்டுதல் மரத்திலிருந்து மகள்
ISBN 978-93-93559-80-7

Translator: Dr. Mei. Chitra

First Jaico Impression: 2023

First published in Puffin by Penguin Books India 2015

No part of this book may be reproduced or utilized in
any form or by any means, electronic or
mechanical including photocopying, recording or by any
information storage and retrieval system,
without permission in writing from the publishers.

Page design and layout: Ozone Eventz Publishing Services

Printed by
Trinity Academy For Corporate Training Limited, Mumbai

ஜான் ஷாவுக்கு,
பெண்களின் சக்தியை நம்பியதற்காக

# உள்ளடக்கம்

| | |
|---|---|
| *முன்னுரை* | ix |
| *அறிமுகம்* | xi |

**சரசுவதி பகவதி**

1. அறிவின் ஆதாரம் — 3

**நாராயணி நமோஸ்துதே**

2. எட்டு வடிவங்கள் — 11
3. குதிரையின் தலை கொண்ட கடவுள் — 15

**சிவே சர்வார்த்த சாதிகே**

4. நம்பிக்கையின் சக்தி — 21
5. பழங்கள் மற்றும் காய்கறிகளின் கடவுள் — 27
6. விண்ணகத்திற்கான படிகள் — 33
7. பெண்ணுடன் போர் — 38
8. போர்க்களத்தின் பெண் — 41
9. வேண்டுதல் மரத்திலிருந்து மகள் (கற்பகத்தருவிலிருந்து மகள்) — 45

**யத்ர நார்யஸ்து பூஜ்யந்தே ராமந்தே தத்ர தேவதா**

10. நதியின் கன்னி — 53
11. சரியான பழிவாங்கல் — 60
12. மகிழ்ச்சியை மறந்த தவளை — 63

| | | |
|---|---|---|
| 13. | வெள்ளை ஏரியின் கடவுள் | 66 |
| 14. | இளமையின் ரகசியம் | 71 |
| 15. | இளவரசியும் அழகற்ற குள்ளனும் | 75 |
| 16. | திருமணப் பரிசாய் மாறிய இளவரசி | 93 |
| 17. | உண்மையான அன்பின் இரண்டு நட்சத்திரங்கள் | 110 |
| 18. | அழியாமையின் சாபம் | 118 |
| 19. | உலகின் முதல் நகலுயிரி | 134 |
| 20. | ஏழு கடும் தாய்மார்கள் | 143 |
| 21. | ஒரு இலையின் எடை | 146 |
| 22. | கடவுள் இல்லாத கோவில் | 155 |
| 23. | யானையின் வயிற்றில் வீரர்கள் | 163 |
| 24. | மறக்கப்பட்ட மனைவி | 174 |

# முன்னுரை

நான் புராணங்களில் கூறப்படும் பெண்களைப் பற்றி ஒரு நூல் எழுத முடிவு செய்தபோது, என் ஆய்வினைத் தொடங்கினேன். விரைவில் ஏமாற்றத்தையும் மனநிறைவின்மையையும் அடைந்தேன். பெண்கள் ஆற்றிய சிறப்பான பாத்திரங்களை எடுத்துரைக்கும் இலக்கியங்கள் மிகவும் குறைவாய் இருப்பதைக் கண்டேன். சந்தேகத்திற்கு இடமின்றி, இப்பெண்களில் மிகவும் புகழ் பெற்றோர், மகாபாரதத்திலிருந்து திரௌபதியும் இராமாயணத்திலிருந்து சீதையும். பின்னர் பார்வதி, அரக்கர்களைக் கொல்வதையும் தனது பக்தர்களைப் பாதுகாக்கும் கலையையும் மிகவும் நன்கு அறிந்த ஒரு கடவுளின் வலுவான பாத்திரத்தைச் சித்தரிக்கிறார். உண்மையில், நம் நாட்டில் பல நதிகள் கடவுளாய்க் கருதப்படுகின்றன. இருப்பினும், வித்தியாசமாய், ஆண்களைப் பற்றிப் பேசும் கதைகளின் எண்ணிக்கையை விட, இந்தப் பெண்களைப் பற்றிய கதைகளின் எண்ணிக்கை மிகக் குறைவு. இருக்கும் இலக்கியங்கள் மீண்டும் மீண்டும் மீளுருவாக்கப்பட்டவை. பொதுவாய், பெண்கள் கீழ்நிலை அல்லது சிறிய கதாபாத்திரங்களாய்ச் சித்தரிக்கப்படுகிறார்கள். அத்துடன் குறைவாய் மதிப்பிடப்படுகிறார்கள்.

இதற்குக் காரணம், ஒருவேளை நமது சமூகம் பாரம்பரியமாய் ஆண் ஆதிக்கம் செலுத்தும் சமூகமாய் இருந்ததாலோ அல்லது புராணக் கதைகள் பெரும்பாலும் ஆண்களால் எழுதப்பட்டதாலோ இருக்கலாம். ஆனால் பெரும்பாலும் இது இவ்விரு காரணங்களின் கலவையாலும் ஆகும்.

சிறப்புப் பெற்ற வட மொழிப் (சமஸ்கிருத) பதம் ஒன்றுண்டு:

யத்ர நார்யஸ்து பூஜ்யந்தே
ரமந்தே தத்ர தேவதா

பெண்கள் எங்கு மதிக்கப்படுகிறார்களோ அங்கெல்லாம் கடவுள் இருக்கிறார் என்று பொருள்.

இருப்பினும், நம்மைச் சுற்றியுள்ள உலகத்தை நீங்கள் உணர்திறனுடன் பார்த்தால், இது பொதுவாய் உண்மையல்ல - நீங்கள் ஒரு பெண்ணாய் இருந்தாலும் சரி, கடவுளாய் இருந்தாலும் சரி. அதனால் தான், இந்நூலின் வழியாய், பல ஆண்டுகளாய், நான் கேட்டும் படித்தும் வளர்ந்த சில சக்தி வாய்ந்த பெண்களின் வாழ்க்கைக் கதைகளை வெளிக்கொணரும் முயற்சியில் மீண்டும் சொல்ல முயல்கிறேன்.

தி செர்பெண்ட்'ஸ் ரிவென்ஜ்: யன்யுசுவல் டேல்ஸ் பிரம் தி மகாபாரதா *(The Serpent's Revenge: Unusual Tales from the Mahabharata),* தி மேன் பிரம் தி எக்: யன்யுசுவல் டேல்ஸ் அபௌட் தி டிரினிடி *(The Man from the Egg: Unusual Tales about the Trinity),* தி அப்சைட்-டவுன் கிங்: யன்யுசுவல் டேல்ஸ் அபௌட் ராமா அண்ட் கிருஷ்ணா *(The Upside-Down King: Unusual Tales about Rama and Krishna)* என்ற நூல் தொடரில், முந்தைய மூன்று நூல்களில் இடம்பெற்றுள்ள பல தொடர்ச்சியான புராண உருவங்கள் இக்கதைகளில் உள்ளன. இந்நூலில் வரும் சில பாத்திரங்களைப் பற்றி மேலும் தெரிந்துகொள்ள விரும்பினால், வாசகர்கள் இவற்றைப் பார்க்கவும்.

எனது நீண்டகால அன்பான ஆசிரியர் ஷ்ருத்கீர்த்தி குரானா, சோஹினி மித்ரா, அர்பிதா நாத், பியா கபூர் உள்ளிட்ட பெங்குயின் நிறுவனத்தின் எனது அற்புதமான ஆதரவுக் குழுவிற்கு நன்றி தெரிவிக்க விரும்புகிறேன். என் அன்பான வாசகர்களே, இக்கதைகளை நீங்கள் இரசிப்பீர்கள் என்று நம்புகிறேன்.

**சுதா மூர்த்தி**
பெங்களூரு

# அறிமுகம்

மும்மூர்த்திகள் மூன்று கடவுளர்களைக் கொண்டுள்ளனர் - பிரம்மா, விஷ்ணு மற்றும் சிவன். மேலும் ஒவ்வொருவருக்கும் அவரவர் மனைவியரும் உண்டு.

படைப்பாளியான பிரம்மாவின் மனைவி சரசுவதி. அவர் அறிவுக்கும் நுண்கலைகளுக்கும் கடவுள். பொதுவாய் வெள்ளை உடை அணிந்து, வீணை வாசித்து, வழிபாட்டு மணிமாலையும் நூலையும் ஏந்தி, புன்னகையுடன் சித்தரிக்கப்படுகிறார். அடிக்கடி அவருடைய வாகனமான அன்னத்துடன் காட்டப்படுகிறார். அவர் பல நாடுகளில் வணங்கப்படும் அமைதியான கடவுள். சரசுவதி வாக்தேவி, உரையின் கடவுள் என்றும் அழைக்கப்படுகிறார். அவர் அறிவையும் கல்வியையும் சுட்டப்படுவதால், அவரது அருளாசிகளை, சொற்பொழிவாளர்களும் எழுத்தாளர்களும் பெற்றுக் கொள்கிறார்கள். சரசுவதி குறைவாய்ப் பேசும் பெண். அத்துடன், மோதல்களிலிருந்தும், சர்ச்சைகளிலிருந்தும் விலகி இருப்பவர்.

பாதுகாவலரான விஷ்ணுவின், எளிதில் சினம் கொள்ளக்கூடிய மனைவி, இலட்சுமி. அவர் போற்றுதலுக்குரிய அவரது இதயத்தில் வாசிப்பதோடு, பல்வேறு வடிவங்களைக் கொண்டவர். இலட்சுமியின் புவி வடிவமான பூதேவியிலும், பணத்துடனும் செழிப்புடனும் தொடர்புடைய இலட்சுமியின் வடிவமான ஸ்ரீதேவியிலும் என்று இரண்டு வடிவங்களிலும் அவர் காணப்படுகிறார். பொதுவாய், இலட்சுமி சிவப்பு அல்லது இளஞ்சிவப்பு தாமரை மீது அமர்ந்து, சிவப்பு நிறப் புடவையில் அலங்கரிக்கப்படுகிறார். அவர் மிகவும் ஒழுக்கமானவராயும் கவனம் மிக்கவராயும் கூறப்படுகிறார். தர்மத்தைக் காக்க புவியில் பத்து அவதாரங்களை எடுக்க விஷ்ணு முடிவெடுத்தபோது, இலட்சுமி அவரிடம், 'அன்புள்ள கணவரே, உலகின் நீதியை நிலைநாட்ட வேண்டும் என்ற ஒரே நோக்கத்துடன் தானாய் முன்வந்து அவதாரங்களை எடுக்கிறீர்கள். ஆனால், இங்கு வைகுண்டத்திலிருக்கும் நமது உறைவிடத்தின் காவலாளிகளான

ஜெயா மற்றும் விஜயா ஆகிய இருவர், புவியில் மனித உருவம் எடுத்து, அந்தப் பிறவிகளில் உங்களுக்கு எதிரியாய் இருக்கும்படி சபிக்கப்பட்டுள்ளனர் என்பதை நீங்கள் அறிவீர்கள். இந்த இரண்டு நிகழ்வுகளும் வெறும் தற்செயல் நிகழ்வுகள் அல்ல', என்றார்.

விஷ்ணு சிரித்தார். 'முதலில் நீங்கள் பன்றியாய் வராகராய் உருவெடுத்து ஜெயாவின் அவதாரமான இரண்யாட்சனைக் கொல்வீர்கள். பிறகு, நீங்கள் நரசிம்மராய் மாறி இரண்யகசிபுவை (அல்லது விஜயா) கொல்வீர்கள். இறுதியாய், இராவணனையும் கும்பகர்ணனையும் இராமர் வடிவிலும், சிசுபாலனையும் தண்டவக்ரரையும் மனிதப் பிறவியில் கிருஷ்ணராய் கொல்வீர்கள். ஜெயா மற்றும் விஜயாவை அவர்களின் மூன்று வாழ்நாளில் கொல்ல நான்கு அவதாரங்களை எடுப்பீர்கள் என்று பொருள். கடவுளே, எனது வெவ்வேறு வடிவங்களில் சில அவதாரங்களில் நான் உங்களுடன் வருவேன். மேலும் நம் உறைவிடத்தின் காவலர்களின் மூன்று வாழ்க்கையின் அழிவுக்கு நான் தூண்டுதலாய் இருப்பேன். இந்த வழியில், அவர்கள் விதியை நிறைவேற்றுவதை என்னால் உறுதிப்படுத்த முடியும்,' என்று இலட்சுமி மேலும் தொடர்ந்தார்.

அதைத் தொடர்ந்து, விஷ்ணுவின் வராக அவதாரத்தின் போது பூதேவி (இரண்யாட்சனின் கொலை), இராமரின் ஆட்சியின் போது சீதை (இராவணனைக் கொன்றது) மற்றும் கிருஷ்ணரின் காலத்தில் ருக்மிணி (சிசுபாலனைக் கொன்றது) என்று இலட்சுமி பல வடிவங்களை எடுத்தார்.

இறுதியாய், அழிப்பவரான சிவனின் துணைவியான பார்வதி இருக்கிறார். அவர் பல பெயர்களில் அறியப்படுகிறார் - துர்கா, சக்தி மற்றும் சர்வாணி. இன்னும் பல. அவர் ஒரு கடுமையான நியாயமான கடவுளாய்க் காணப்படுகிறார். அவர் வலிமையானவராகவும், பெரும்பாலும் பாதுகாப்பானவராகவும் கருணை உள்ளவராகவும் கருதப்படுகிறார். அவர் எப்பொழுதும் புலி அல்லது சிங்கத்தின் மீது சவாரி செய்வதாயும், சிவப்பு நிறப் புடவையை அணிவதாயும் குறிப்பிடப்படுகிறார். பார்வதி சிவனின் 'உண்மையான' மனைவி. ஏனெனில் அவர் உடலாலும் மனதளவிலும் அவரது 'பாதி' என்று கருதப்படுகிறார். அவர் ஒரு சிறந்த நடனக் கலைஞர். சிவன் அவருடைய ஆசிரியர். இன்றும் கூட, ஓர் இணை நன்றாய் நடனமாடுவது, பெரும்பாலும் சிவனும் பார்வதியும் என்று குறிப்பிடப்படுகிறது.

சரசுவதி பகவதி

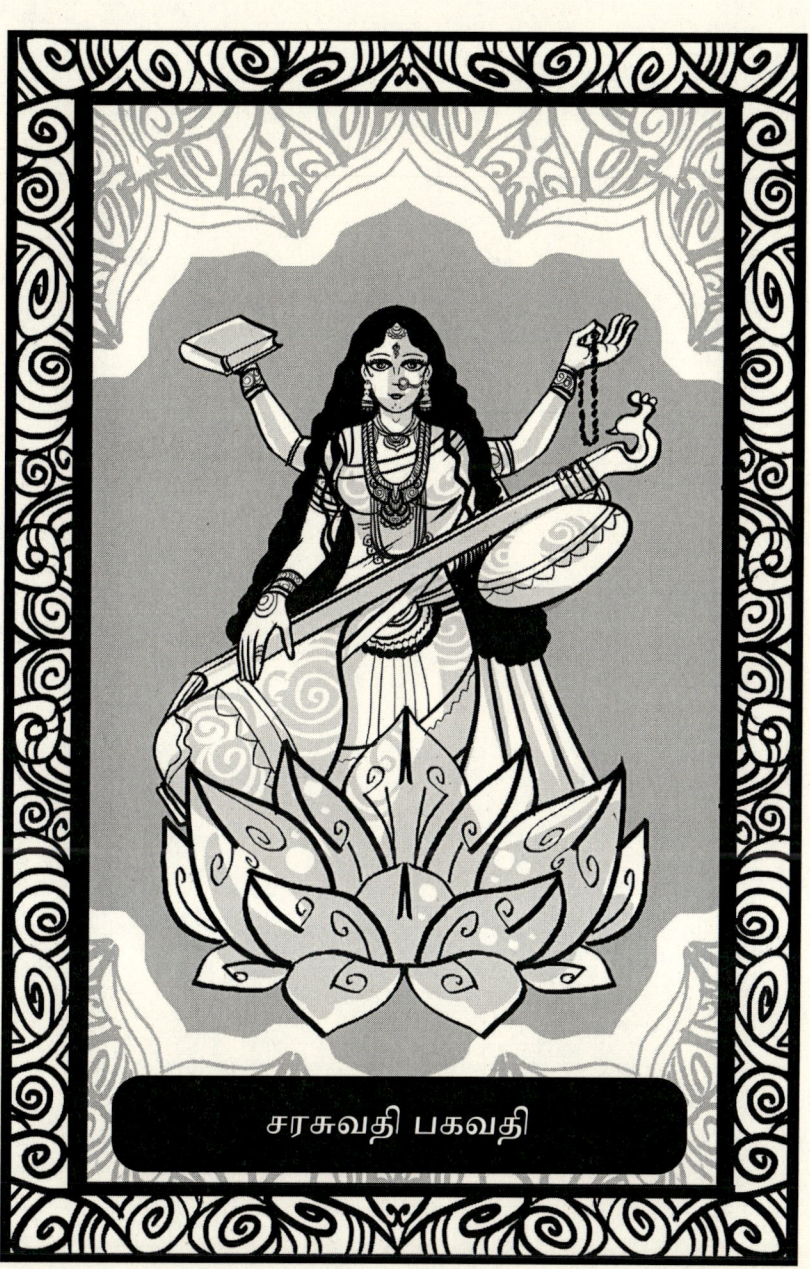

# அறிவின் ஆதாரம்

படைப்பாளரான பிரம்மா, இந்த உலகத்தையும் அதிலுள்ள அனைத்தையும் வடிவமைக்க முடிவு செய்தபோது, குழப்பமே உச்சத்தில் இருந்ததால், ஏற்ற காலமாய் இருக்கவில்லை. அவர் ஏமாற்றம் அடையும் வண்ணம், கையிலிருந்த வேலையில், அவரால் கவனம் செலுத்த முடியவில்லை. அவர் மனம் இரண்டு விழுமியங்களுக்காய் ஏங்கியது: அமைதி மற்றும் அவருக்கு உதவக்கூடிய ஒரு அறிவார்ந்த துணை - உண்மையான கூட்டாளி. அத்தகைய பணிக்கு, அவரது நம்பிக்கைக்குரியவர் மதிநுட்பம் வாய்ந்தவராகவும், அமைதியானவராகவும், அறிவார்ந்தவராகவும், கலையும் கலாச்சாரமும் நன்கு அறிந்தவராகவும், நாக்கு மற்றும் மனதின் மீது மிகுந்த கட்டுப்பாட்டைக் கொண்டுள்ளவராகவும் இருக்க வேண்டும்.

பிரம்மா தனது எண்ணங்களைச் சத்தமாய்ச் சொன்னார். அவர் எதிர் பார்த்த வண்ணம், அவருக்கு மகிழ்ச்சி தரும் வகையில், அவரிடமிருந்து வந்த சொற்களின் வழியாய்ப் படைக்கப்பட்டதைப் போல, அவருக்கு முன்னால், இனிமையான புன்னகையுடன் ஓர் அழகான பெண் தோன்றினார். அவர் வெள்ளைப் புடவை அணிந்திருந்தார். அவருக்கு நான்கு கைகள் இருந்தன. இரு கைகள் வீணையையும், மற்ற கைகள் ஒவ்வொன்றும் நூலையும் வழிபாட்டு மணிமாலையையும் ஏந்தியிருந்தன.

பிரம்மா மிகவும் மகிழ்ச்சி அடைந்தார். ‘உங்கள் வருகைக்கும் உதவிக்கும், நான் நன்றியுள்ளவனாய் இருப்பேன். நான் உங்களை சரசுவதி, வாக்தேவி அல்லது வாணி என்று அழைப்பேன்,’ என்றார். ‘நீங்கள் அறிவிற்கும் தொடர்பிற்குமான குரு ஆவீர்கள். இப்பெயர்கள் அக்குணங்களைக் குறிக்கின்றன. என் படைப்புகள் அனைத்தும் உங்களை அறிவிற்கும், மதிநுட்பத்திற்கும், கலைக்கும் மற்றும் பேச்சிற்கும் உரிய கடவுளாய் வணங்கும்,’ என்றார் மகிழ்வுடன்.

பிரம்மலோகம் என்றும் அழைக்கப்படும் சத்தியலோகத்தில், பிரம்மாவும் சரசுவதியும் சேர்ந்து, தங்களது உறைவிடத்தில் பணிகளைச் செய்யத் தொடங்கினர்.

நேரம் சென்றது. விரைவில், தேவர்களுக்கும் அசுரர்களுக்கும் இடையே சண்டைகள் தொடங்கின. இரு குழுக்களும் ஒருவருக்கொருவர் தொடர்ந்து போர் புரிந்து கொண்டனர். பல தோல்விகளுக்குப் பிறகு, பெரும்பாலான போர்களில் தேவர்கள் வெற்றி பெறுவது, சரசுவதியின் பாதுகாப்பிலிருந்த பிரம்மாவால் அவருக்கு வழங்கப்பட்ட அறிவு நூல் என்பதை உணர்ந்தனர்.

ஒரு நாள், தேவி சத்தியலோகத்தில் வீணை வாசிப்பதில் மூழ்கியிருந்த போது, அவரிடமிருந்து அசுரர்கள் அறிவு நூலைத் திருடி கொண்டு, புவிக்கு ஓடினார்கள்.

சரசுவதி இந்த மோசமான நாடகத்தை அறிந்ததும், அவர் அசுரர்களைக் கண்டறிந்து, பின்தொடர, தன் சக்திகளைப் பயன்படுத்தினார். புவியை அடைந்ததும் சரசுவதி மற்ற கடவுளர்களைப் போல் வீராங்கனையாகவோ கையில் ஆயுதங்களைக் கொண்டவராகவோ இல்லை என்பதை உணர்ந்தார். எனவே, அறிவிற்கும் கற்றலிற்கும் உரிய கடவுள், தன்னுடைய மதிநுட்பத்தைப் பயன்படுத்த முடிவு செய்தார். அசுரத் திருடர்களைப் பிடிக்க சிறந்த வழி, அவர்களை மூழ்கடிக்க செய்யும், சலசலக்கும் நதியின் வடிவத்தை எடுக்க முடிவு செய்தார்.

இப்போது ஒரு சக்திவாய்ந்த நதியாய் மாறி, அசுரர்களை நோக்கி வேகமாய்ப் பாயத் தொடங்கினார். நதி தங்களது குதிக்கால்களுக்கு அருகில் நெருங்கி வந்த போது, அவர்கள் வேகமாய் ஓடவில்லை என்றால் மூழ்க நேரிடும் என்பதை உணர்ந்தனர். எனவே, ஆற்றின் கரையில் அறிவு நூலை விட்டு விட்டு, அவர்களின் கால்களுக்கு முடிந்த மட்டில், வேகமாய் ஓட எத்தனித்தனர். சரசுவதி, அறிவு நூல் திரும்பத் தன் உடைமையாய்க் கிடைத்ததில் மகிழ்ச்சி கொண்டு, அவர்களைப் பின்தொடரவில்லை.

சரசுவதி சத்தியலோகத்திற்குத் திரும்ப ஆயத்தமான போது, அப்பகுதியிலிருந்த கற்றறிந்த முனிவர்கள் அவரது இருப்பைப் பற்றியும் புகழ்பெற்ற நூலைப் பற்றியும், தங்களது யோக சக்திகள் வழியாய் அறிந்து கொண்டனர். விரைவாய், அவரைக் காண வந்தார்கள். சரசுவதியை அவருடைய அசல் வடிவத்தில் பார்த்தவுடன், அறிவு நூல் அவரது கையிலிருக்கக் கண்டு, ‘ஓ தாயே, நீங்கள் இல்லாமல் நாங்கள் ஆதரவற்றவர்கள். நீங்கள் எங்கள் கடவுள். நீங்கள் புவியில் எங்களுடன் உதவிக்கு இருக்க மாட்டீர்களா?’ என்று முனிவர்கள் அவரிடம் வேண்டினர்.

சரசுவதி புதிரான புன்னகையை உதிர்த்தார். 'நான் திரும்பிப் போய், பிரம்மாவிற்கு அவரது வேலையில் உதவி செய்ய வேண்டும். ஆனால் நான் உங்களது உண்மையான கோரிக்கையை ஏற்கிறேன். எனது சக்தியின் ஒரு சிறிய பகுதியைக் கொண்டு, என் பெயரில் ஒரு நதியாய்த் தொடர்ந்து ஓடுவேன். இதே நதி பின்னர் பிரயாகில் யமுனை மற்றும் கங்கை தேவியருடன் சேரும். மேலும், நாங்கள் அனைவரும் கூடும் பகுதி பிரயாக்ராஜ் என்று அழைக்கப்படும். அதன் பிறகு, நான் என் அடையாளத்தை இழந்து, கங்கை நதியுடன் கலந்து விடுவேன்,' என்றார். இதைக் கூறிவிட்டு, அவர் மறைந்தும் போனார். அதனால் சரசுவதி நதி புவியில் ஓடியது.

சில இடங்களில் நிலப்பரப்பின் அடியில் அவர் ஓடுவதாய்க் கூறப்படுவதால், அவர் குப்தகாமினி என்றும் அழைக்கப்படுகிறார்.

காஷ்யப முனிவரின் மகன் அந்தகன் தலைசிறந்த வலிமை மிக்க அசுரனாய்த் திகழ்ந்தான். ஒரு நாள், விண்ணகத்தில், தேவர்களின் அரசனான இந்திரனின் தோட்டத்தில் பாரிஜாத மலர்களைக் காணும் வாய்ப்பு அவனுக்குக் கிடைத்தது. அவற்றின் அழகைக் கண்டு, அவன் விண்ணக மரத்தைத் திருட விரும்பினான். பாரிஜாத மரத்திற்காய், அந்தகன் இந்திரனை இடைவிடாமல் பின்தொடரத் தொடங்கினான். இந்திரன் அழுத்தத்தைத் தாங்க முடியாமல், வழிகாட்டுதலுக்காய் மும்மூர்த்திகளைத் தேடி ஓடினான். அம்மூவரும் ஒருவரையொருவர் பார்த்தபடி இருந்தபோது, அவர்களிடமிருந்து மூன்று வண்ணமயமான ஆற்றல்கள் வெளிப்பட்டன: பிரம்மாவிடமிருந்து, வெள்ளை (பகுதி-சரசுவதி); விஷ்ணுவிலிருந்து, சிவப்பு (பகுதி-இலட்சுமி); சிவனிடமிருந்து, கருப்பு (பகுதி-காளி, பார்வதியின் ஒரு வடிவம்). அம்மூன்று ஆற்றல்கள் ஒன்றிணைந்து, இறையருளுடன் மிகுந்த ஒளியுடன் ஒளிரும் பெண் வடிவம் கொண்டது. இப்போது இப்பெண் கடவுள் அந்தகனை வெற்றிகரமாய்க் கொல்ல ஆயத்தமாய் இருந்தார்.

பிரம்மாவும் விஷ்ணுவும் சிவனும் மிகவும் மகிழ்ச்சியடைந்தனர். மூன்று தேவியரிடம், 'உங்கள் மூவராலும் உலகில் உள்ள அனைத்து உயிரினங்களையும் பாதுகாக்க முடியும். இனிமேல், குளிர்காலத்தில் சரத் நவராத்திரி மற்றும் வசந்த காலத்தில், வசந்த நவராத்திரி

என்று அழைக்கப்படும் வகையில், நீங்கள் வருடத்திற்கு இரண்டு முறை, ஒன்பது நாட்களுக்கு வணங்கப்படுவீர்கள்,' என்று அருளாசி வழங்கினர்.

நீங்கள் சக்தி, வைஷ்ணவி, காளி, சாமுண்டி, துர்கா மற்றும் சரசுவதி என்ற பெயர்களால் வணங்கப்படுவீர்கள். மேலும் வெவ்வேறு நாட்களில் நீங்கள் ஒவ்வொருவரும் வணங்கப்படுவீர்கள். எடுத்துக்காட்டாய், சரசுவதிக்கான நாள் அன்று, அவரை வணங்குபவர்கள், அவருக்கு நன்றி சொல்லும் வகையில், உலகிற்கு அறிவைக் கொண்டுவரும் பொருட்களான நூல்களையும் இசைக்கருவிகளையும் வழிபடுவர். இது சரசுவதியின் அருளாசியைப் பெற விரும்பும் அனைத்து மாணவர்களுக்கும் சிறப்பான நேரமாய் அமையும்.'

இன்று, நவராத்திரி நாடு முழுவதும் உள்ள மக்களின் வாழ்க்கையில் பெரும் அங்கமாய் உள்ளது. சரசுவதி பூசை நாளில் அறிவையும் அவரது அருளாசிகளையும் வேண்டி, குழந்தைகள் தொடர்ந்து சரசுவதியை வழிபாடு செய்கின்றனர்.

நாராயணி நமோஸ்துதே

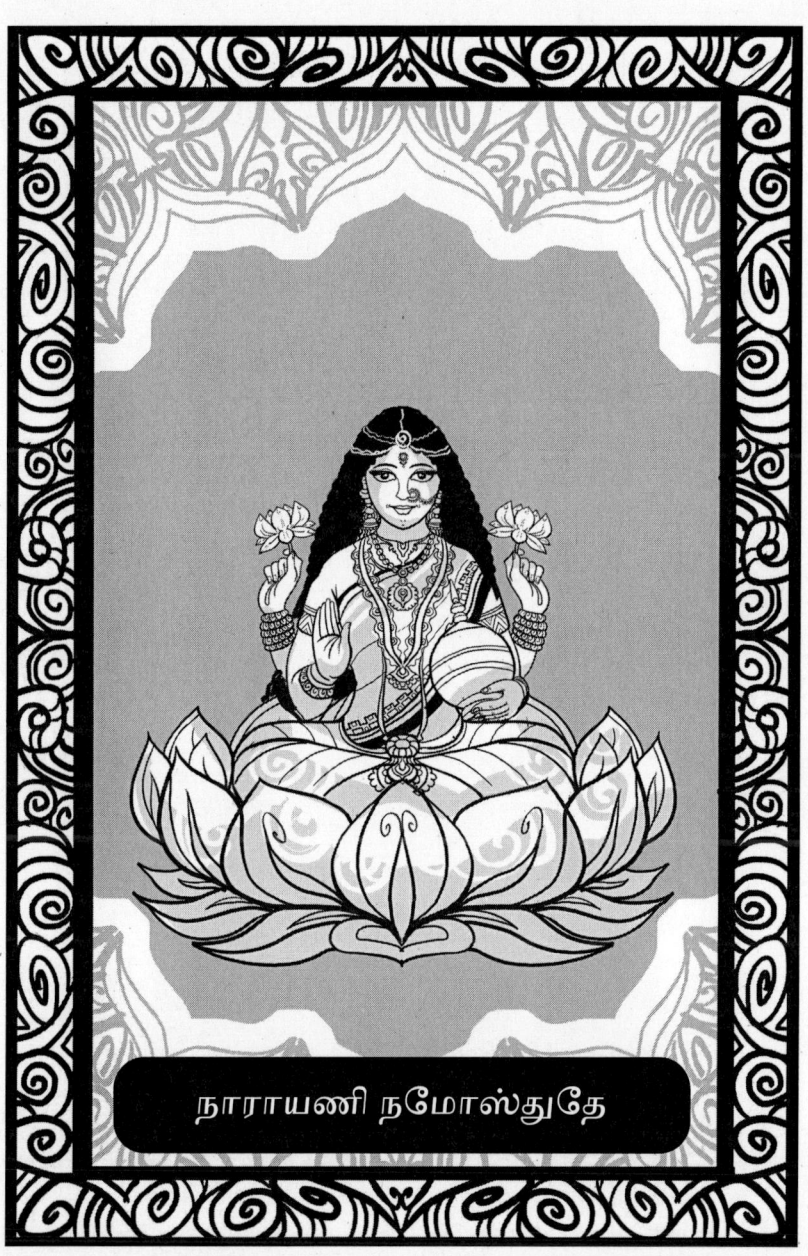

## எட்டு வடிவங்கள்

இலட்சுமி, செல்வம், அதிர்ஷ்டம் மற்றும் செழிப்பு ஆகியவற்றின் இந்து கடவுள். பௌத்தம் மற்றும் சமண மதம் போன்ற மதங்களில், நேபாளம் மற்றும் திபெத் உட்பட பல நாடுகளில் மிகவும் புகழ் பெற்ற கடவுள்.

இக்கடவுள் புகழ்பெற்ற சமுத்திர மந்தன் என்ற புராண கதையின் வழியாய் அல்லது ஒரு அழகான பெண்ணாய் வெளிப்பட்ட பாற்கடல் கடைந்த கதையின் வழியாய் உயிர்பெற்றவர். எனவே, அவருடைய தந்தை கடலின் அரசனாய்க் கருதப்படுகிறார். இலட்சுமி பிறந்த பிறகு, அவருடைய அற்புதமான அழகைக் கண்டு, அவரைச் சுற்றியுள்ள அனைத்து உயிரினங்கள் - தேவர்கள், அசுரர்கள், மனிதர்கள் மற்றும் கந்தர்வர்கள் - பிரமிப்புடன் அவரைப் பார்த்தனர். அவருடைய தந்தை, 'அன்புள்ள மகளே, உன்னைச் சுற்றிப் பார். நீ ஒரு கணவரைத் தேர்ந்தெடுப்பதற்காய், இந்த அனைத்துச் சக்திவாய்ந்த உயிரினங்கள் காத்திருக்கின்றன. நீ உன் இதயம் விரும்பும் ஒருவரைத் தேர்ந்தெடுக்கும் தனித்துவமான நிலையில் இருக்கிறாய். நீ தேர்ந்தெடுக்கும் எவரும் தேர்ந்தெடுக்கப்பட்டவராய் இருப்பதில் மகிழ்ச்சி அடைவார்கள். உன் தந்தையாய், உன் திருமணச் சடங்குகளை நான் செய்வேன்,' என்றார் அன்புடன்.

இலட்சுமி தலையசைத்து, கைகளில் மலர் மாலையை எடுத்துக் கொண்டார். சுற்றும் முற்றும் பார்க்கையில் அவர் பார்வை விஷ்ணுவின் மேல் விழுந்தது. அவர் இதயத்தில் ஏதோ ஒன்று அவரை விஷ்ணுவை நோக்கி உந்தியது. அவரது தோற்றம், அவரது அமைதியான நடத்தை, அவரது உயரம், அவர் அணிந்திருந்த நேர்த்தியான ஆபரணங்கள் ஆகியவற்றால் இலட்சுமி ஈர்க்கப்பட்டார். மாலையை அவரது கழுத்தில் அணிவித்து, அவரது நித்திய மனைவி ஆனார்.

இலட்சுமியை மணப்பெண்ணாய்க் கொண்டதில் விஷ்ணு மகிழ்ச்சி அடைந்தார். அவர் இலட்சுமியிடம், 'ஓ சமுத்திர அரசனின் மகளான இலட்சுமியே! நீங்கள் மூன்று மண்டலங்களின் ஒளி. நான் உங்களை மதித்து என் இதயத்தில் வைத்திருப்பேன்,' என்று உறுதியளித்தார்.

அதனால், இலட்சுமி தன் கணவர் விஷ்ணுவின் இருப்பிடமான வைகுண்டத்தில் குடியேறினார்.

ஒரு நாள், பிருகு முனிவர் வைகுண்டத்திற்கு வந்தபோது, விஷ்ணு உறங்குவதையும் பயனுள்ள எதையும் செய்யாமல் இருப்பதையும் கண்டார். ஆத்திரத்தில், அவர் மார்பின் இடது பக்கத்தில் அவரை உதைத்தார் - இலட்சுமி வசிக்கும் அதே இடம். முனிவரைக் கண்டிக்கும் வகையில், கணவரின் எதிர்ப்பு நடவடிக்கை ஏதும் இல்லாததால், தேவி வருத்தமடைந்தார். சுதந்திர சிந்தனையாளரும் சமரசம் செய்யாத மனைவியும் என்பதால், அவர் வைகுண்டத்தை விட்டு, இன்று கோலாப்பூர் என்று அறியப்பட்ட கார்வீரபுரத்திற்குச் சென்றார். விஷ்ணு வைகுண்டத்தில் தனிமையில் வாடி, புவிக்கு வந்து, பின்னர் திருப்பதியில் குடியேறினார்.

பாற்கடலைக் கடைந்த போது, இலட்சுமியின் நிழலான அலட்சுமியும் வெளிப்பட்டார். இலட்சுமியின் எதிர் குணங்கள் கொண்ட அலட்சுமி, அவருடன் எப்போதும் திகழ்கிறார். இலட்சுமியின் வருகை ஒருவரின் வீட்டிற்குச் செழிப்பைக் கொண்டு வரும். இருப்பினும், குடும்பம் அவரை ஒரு பொருட்டாக எடுத்துக் கொள்ளாமல் மதிக்கவில்லை என்றால், இலட்சுமி வீட்டை விட்டு வெளியேறி விடுவார். ஆனால் அவரது நிழல், குடும்பத்தின் நற்பெயரையும் உறவுகளையும் அழிக்கும் வரை, அக்குடும்பத்திலேயே தொடர்ந்து தங்கிவிடுவார். இப்பணி முடிந்ததும் நிறைவேறியதும், அலட்சுமி அடுத்த வசிப்பிடத்திற்குச் சென்று, இலட்சுமியுடன் இணைந்து கொள்வார்.

இலட்சுமி எட்டு வெவ்வேறு வடிவங்களில் வெளிப்படுகிறாள். அதனால்தான் அவர்கள் அஷ்டலட்சுமிகள் என்று அழைக்கப்படுகிறார்கள். அவருடைய எட்டு வடிவங்களையும் ஒரே நேரத்தில் குறிக்கும் வகையில், சில கோவில்களில் இலட்சுமி பதினாறு கைகளுடன் காட்சியளிப்பார்.

முதலில், ஆதிலட்சுமி என்று அழைக்கப்படுவர், கடலிலிருந்து தோன்றிய அவருடைய தொடக்க வெளிப்பாடு. இந்த வடிவத்தில், அவர் சிவப்பு நிறப் புடவையை அணிந்து, சிவப்பு அல்லது இளஞ்சிவப்பு தாமரையைப் பற்றிக்கொள்ளும் கனிவானவர். இரண்டாவது, தானியலட்சுமி, விவசாயிகளால் அடிக்கடி வழிபடப்படுபவர். கடவுளின் கைகளில் தானியங்கள் நிரப்பப்பட்டு, அதை நிலத்தில் கீழே கொட்டும் வகையில் சித்தரிக்கப்படுபவர். தைரியலட்சுமி, மூன்றாவது வடிவம், அவருடைய நெஞ்சுரத்திற்காய் அறியப்படுகிறார். தடைகளை எதிர்கொள்ளும் மக்களால் நெஞ்சுரத்தையும் வலிமையையும்

தேடுவதற்காய் வணங்கப்படுகிறார். கஜலட்சுமி என்று அழைக்கப்படும் நான்காவது வடிவம், பொதுவாய் கோயில்களில் காணப்படுபவர். இரண்டு யானைகள் தங்கத்தையோ அல்லது நீரையோ தெளிப்பதைப் போன்று, நிற்பதற்கு நடுவே அவர் அமர்ந்திருப்பார். சந்தானலட்சுமி, ஐந்தாவது இலட்சுமியின் வெளிப்பாடு, பொதுவாய்க் குழந்தைகளால் சூழப்பட்டிருக்கும் வடிவம், குழந்தை இல்லாத தம்பதிகளால் வழிபடப்படுபவர். விஜயலட்சுமி, ஆறாவது வடிவம், வெற்றிக்காகவும் நெஞ்சுரத்தின் செல்வத்திற்காகவும் வழிபடப்படுபவர். முந்தைய காலங்களில், மன்னர்கள் போருக்குப் புறப்படுவதற்கு முன்பு, போர்க்களத்தில், விஜயலட்சுமியின் நித்திய மற்றும் நிலையான வெற்றிக்காய் வணங்குவார்கள். ஏழாவது வடிவம், வித்யாலட்சுமி, பெயருக்கு ஏற்றார் போல், அறிவையும் கல்வியின் செல்வத்தையும் குறிக்கிறது. அவர் பெரும் உறுதியினால் சரசுவதியிலிருந்து வேறுபட்டவர். எட்டாவது வடிவம், அல்லது தனலட்சுமி, செல்வ கடவுள், கையிலிருந்து பொன் கொட்டுவது போல, சித்தரிக்கப்படுபவர்.

இந்தியாவில், இலட்சுமி ஓர் வணங்கப்படும் கடவுள். மக்கள் அவர்களின் இதயத்தின் மிகப்பெரும் அவாக்களைப் பொறுத்து, அவரைப் பல வடிவங்களில், வழிபடுகிறார்கள்.

# குதிரையின் தலை கொண்ட கடவுள்

நித்திய வாழ்வுக்கான தேடலில், அயக்ரீவன் என்ற அசுர அரசன், மும்மூர்த்திகளிடம் அழியாமையின் அமுதத்திற்காய் வேண்டி நின்றான். அவர்கள் நிச்சயமாய் அவர்களது இரகசியத்தை அவனுக்குக் கூறாமல் ஏமாற்ற முயல்வார்கள் என்று நம்பினான். எனவே, அவன் சக்தி தேவியிடம் வேண்டிக் கொள்ள முடிவு செய்தான்.

பற்பல ஆண்டுகள், அயக்ரீவர் முழுமையான அன்புடனும், கவனத்துடனும் பக்தியுடனும் அவரை வழிபட்டான். இறுதியாய், பக்தர் முன் தோன்றியபோது, சக்தி அவனுக்கு அமுதத்தைத் தர மறுத்து, அழியாமைக்கான அவனது கோரிக்கையை மறுதலித்தார்.

இதனால் கோபமடைந்த அயக்ரீவன், 'நான் இறக்க வேண்டுமானால், நான் அதை மிகவும் சிக்கலானதாகவும் கிட்டத்தட்ட சாத்தியமற்றதாகவும் மாற்ற வேண்டும்,' என்று எண்ணினான். அவன் தேவியை விஞ்ச விரும்பினான். எனவே அவன், 'தாயே, நான் இந்த உலகத்தை விட்டு வெளியேற வேண்டும் என்றால், என் பெயரையே கொண்ட ஒரு நபர் மட்டுமே, ஒரு கடவுளின் உடலையும் குதிரையின் தலையையும் உடையவனே என்னைக் கொல்லலாம்,' என்று வேண்டினான்.

சக்தி சிரித்துத் தலையசைத்தார்.

இப்போது, அயக்ரீவனுக்கு இதுவும் அழியாத தன்மை போன்றதே. ஏனென்றால் தன்னைப் போன்ற ஓர் உயிரினம் நிச்சயம் இருக்காது என்று உறுதியாய் நம்பினான். தான் ஒருபோதும் இறக்க மாட்டேன் என்று நம்பி, அறிவார்ந்த அசுரன் தனது தீய வழிகளைத் தொடர்ந்தான். சக்தியுடனும் வீரியத்துடனும் மற்றவர்களுக்குக் கொடுமைகளை இழைத்தான்.

மிருகத்தனமான அசுரனின் குடிமக்கள், ஒருவர் மற்றவரிடம் துயரத்துடன் கவலைப்பட்டு, 'எப்படி அதே பெயருடன் கடவுளின் உடல் மற்றும் ஒரு குதிரையின் தலை கொண்ட ஓர் உயிரினம் இருக்க முடியும்? அயக்ரீவன் சாக மாட்டான்!' என்று கிசுகிசுத்தனர்.

இறுதியாய், அவர்கள் உதவிக்காய் பிரம்மாவிடம் சென்றனர்.

ஆனால், பிரம்மாவிடம் இதற்குத் தீர்வு இல்லை. எனவே, அவர் சிவனை அணுகினார். அவர் விஷ்ணுவைச் சந்திக்க வைகுண்டத்திற்குச் செல்லுமாறு பரிந்துரைத்தார்.

அவர்கள் இறைவனின் உறைவிடத்தை அடைந்தபோது, நின்ற கோலத்தில் விஷ்ணு அயர்ந்து தூங்கிக்கொண்டு இருந்தார். அவர் மிகவும் சோர்வாய் இருந்தார். அதிலும் குறிப்பாய், அசுரர்களுடன் கடுமையான போர் புரிந்த போது பயன்படுத்திய, அவரது சாரங்கா என்ற வில்லை, அவரது வலது கையில் பிடித்துக் கொண்டு, அவர் நின்ற வண்ணம், இன்னும் கூட உறங்கிக்கொண்டு இருந்தார்.

பிரம்மா விஷ்ணுவை எழுப்பத் தயங்கினார். ஆனால் அவருக்கு வேறு வழியில்லை என்பது தெரியும். எனவே, அவர் வெள்ளை எறும்புகளின் கூட்டத்தை உருவாக்கி, சாரங்காவின் மீது அவற்றை நிலை நிறுத்தினார். வில்லின் நூலை எறும்புகள் உண்டு, நூல் அறுந்து, வில் ஒடிந்து, உரத்த ஒலியை ஏற்படுத்தும் என்று எண்ணினார். ஆனால், அவர் மிகப் பெரிய தவறை செய்திருந்தார். எறும்புகள் கண்ணிமைக்கும் நேரத்தில் நூலைத் தின்றுவிட்டன. வில் விஷ்ணுவின் தலையைத் துண்டிக்கும் அளவுக்கு, பலத்துடன் ஒடிந்தது! அவரது தலை வானத்தை நோக்கிப் பறந்து, கடல் நடுவில் தெறித்து விழுந்தது.

இதனை பிரம்மாவும் சிவனும் எதிர்பார்த்திருக்கவில்லை. திகைப்புடன், அவர்கள் அதிர்ந்து, ஒருவரை ஒருவர் பார்த்து என்ன செய்வது என்று யோசித்தனர். இந்தச் சூழ்நிலையிலிருந்து ஒரு வழியைக் கண்டுபிடிக்க முடியாமல், அவர்கள் சக்தியை வேண்டி நின்றனர். உடனே அவர் தோன்றி, 'கவலைப்படாதீர்கள். விஷ்ணு சரியாகி விடுவார்,' என்று ஆறுதலளித்தார்.

இரண்டு கடவுளர்களும் நம்பமுடியாமல் பார்த்தார்கள்.

புன்னகையுடன் சக்தி காரணத்தைச் சொன்னார். 'ஒரு நாள், விஷ்ணுவும் இலட்சுமியும் ஒருவருக்கொருவர் பேசிக் கொண்டிருந்தனர். விஷ்ணு அவரைக் கேலி செய்து, "ஓ இலட்சுமி! உன்னுடைய உறவினர்களைப் பார் - உன் தந்தை கடலானவர். ஆனால் அவரது உப்புநீரை யாராலும் ஒரு மடக்கு கூடக் குடிக்க முடியாது. வீண் தானே! அப்புறம் பாற்கடலைக் கடைந்த போது உன்னுடன் தோன்றிய உன் சகோதரர்களைப் பற்றி நான் என்ன சொல்ல முடியும்? சந்திரன், நிலவுக் கடவுள், இரண்டு வாரங்களுக்கு ஆரோக்கியமாய் இருந்து, மற்ற பதினைந்து நாட்கள் நோயுற்று இருப்பான். மற்றொரு சகோதரன், ஆலகால (ஹாலாஹலா) விடமாய் மாறி, பெரும் சிவனாரை நீலத்

தொண்டையை அடைய, நீலகண்டனாய் மாற்றினான். அமுதம், அழியாமையின் தேன், பெரும் போரை உண்டாக்கினான். உன் மற்றொரு சகோதரன் ஏழு தலை குதிரை உச்சைஷ்ரவஸ் தொடர்ந்து சுற்றி வருகிறான்," என்று கூறினார்.

இலட்சுமி மிகவும் புண்பட்டார். "ஒருவரைத் தரக்குறைவாய்ப் பேசுவது, மிகவும் எளிது," என்று அவர் கணவரிடம் சொன்னார். "உலகம் இன்று என் தந்தையால் தான் பிழைத்து இருக்கிறது. இரவில் புவிக்குச் சந்திரன் ஒளி கொடுக்கிறார். சிவனால் உலகத்தைக் காப்பாற்ற முடிந்தது, அவரது நீலத் தொண்டைக்கு நன்றி. அமுதமே கடவுளரின் நித்திய இருப்புக்குக் காரணம். மேலும், உச்சைஷ்ரவசால் எல்லோரும் குதிரையை விரும்புகிறார்கள். ஒருவேளை காலப்போக்கில் குதிரையாய் இருப்பது என்னவென்று நீங்கள் புரிந்துகொள்வீர்கள்," என்று கோபத்துடன் பகர்ந்தார்.

"அதனால், நீங்களே பாருங்கள். விஷ்ணு முன்கூட்டியே இப்படி ஒரு கணம் இருக்க வேண்டி தீர்மானிக்கப்பட்டவர். இவை அனைத்தும் அயக்ரீவனின் அழிவைத் தொடங்குவதற்காய் வடிவமைக்கப்பட்டுள்ளன," என்று சக்தி முடித்தார்.

சக்தி வாளைப் பிடித்து, அருகில் மேய்ந்து கொண்டிருந்த குதிரையின் தலையை வெட்டினார். அவர் அதன் தலையை எடுத்து, விஷ்ணுவின் உடலில் வைக்க, மீண்டும் உயிர் வந்தது. 'இந்தக் குதிரையின் தலையை உடைய இறைவனின் உடல் அயக்ரீவர் என்று அழைக்கப்படுவார். அயா என்றால் குதிரை என்று பொருள், இப்போது அவர் அசுரனுடன் போரிட வேண்டிய நேரம்,' என்று புதிய உயிரினத்திற்குப் பெயரிட்டார்.

விஷ்ணு, இப்போது அயக்ரீவரின் வடிவில், சக்தியின் அறிவுறுத்தல்கள் படி அவரது பெயரைக் கொண்ட அசுரனைக் கொன்றார். அவர் போருக்குப் பிறகு வெற்றியுடன் திரும்பி வந்ததும், குதிரையின் தலை அசல் தலையாய் மாற்றப்பட்டது.

அயாசிரசா என்று அழைக்கப்படும் விஷ்ணுவின் இந்த வடிவம், தசாவதாரங்களில் ஒன்று. மேலும், சில நேரங்களில் பலராமனின் அவதாரத்திற்கு மாற்றாய்க் கருதப்படுகிறது. அவர் பொதுவாய் நான்கு கைகளுடன், சுதர்சன சக்கரத்தை ஏந்தியவாறு சித்தரிக்கப்படுகிறார். இந்த வடிவத்தில், அவருக்கு, சுண்டலால் - ஒருவகைப் பருப்பால் செய்யப்பட்ட அயக்ரீவா என்று அழைக்கப்படும் தனித்துவமான இனிப்பு படைக்கப்படுகிறது.

சிவே சர்வார்த்த சாதிகே

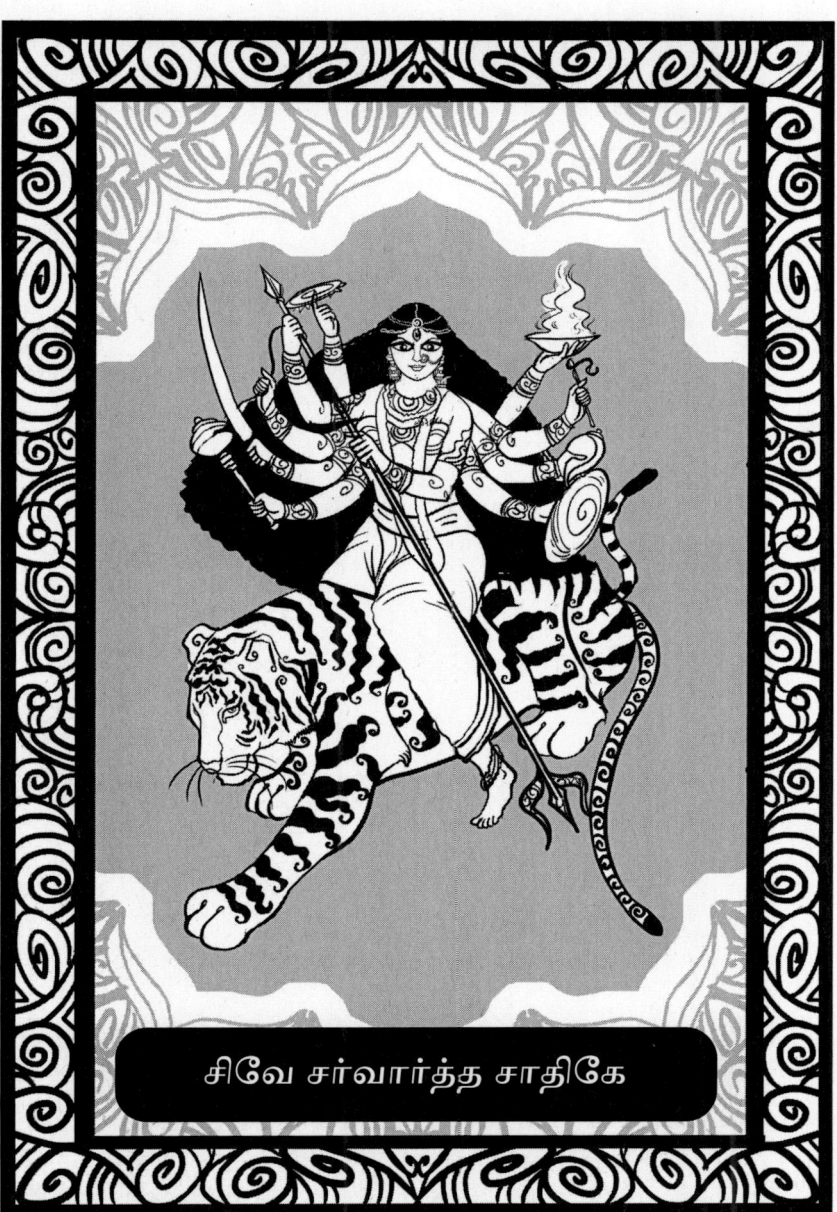

# நம்பிக்கையின் சக்தி

நீண்ட காலத்திற்கு முன்பு, ஒரு திறமையான நியாயமான அரசர் துருவசாந்தி, கோசல நாட்டை ஆண்டு வந்தார். அவருக்கு மனோரமா மற்றும் லீலாவதி என்ற இரண்டு அழகான மனைவிகள் இருந்தனர். அவர்கள் ஒவ்வொருவருக்கும் சுதர்சனன் மற்றும் சத்ருசித் என்ற மகன்கள் இருந்தனர். அச்சிறுவர்கள் ஒரு மாத வயது வித்தியாசத்தில் மட்டுமே இருந்தனர். அவர்களின் அரச தகுதிக்கு ஏற்ற பொருத்தமான வாழ்க்கை முறையில் வளர்க்கப்பட்டனர்.

ஒரு நாள், அரசன் வேட்டையாடக் காட்டுக்குச் சென்றிருந்தார். எதிர்பாராதவிதமாய்ச் சிங்கத்தால் கொல்லப்பட்டார். எதிர்பாராத இழப்பினால் அதிர்ச்சி அடைந்து, நாட்டின் மக்கள் தங்கள் அரசரின் மரணத்திற்குத் துக்கம் அனுசரித்தனர்.

பாரம்பரியத்தின் படி, மனோரமாவின் மகனான, மூத்தவனான சுதர்சனன் அரியணை ஏற்றப்பட்டான். எனினும், லீலாவதியின் தந்தை யுதாசித், தனது பேரன் தான் அரியணை ஏறத் தகுதியானவன் என்று உறுதியாய் உணர்ந்தார். யுதாசித் அறிவார்ந்த அரசர். சிறிது யோசனைக்குப் பிறகு, சத்ருசித்தை அரியணை ஏறும் இளவரசனாய் ஆக்க, கோசலைக்கு வந்து அயோத்தி நாட்டின் தலைநகரை ஆக்கிரமிக்க தனது இராணுவத்துடன் வந்தார். மனோரமாவின் தந்தை வீரசேனன் தாக்குதலை எதிர்த்து, பேரன் சுதர்சனனுக்கு ஆதரவாய் தனது சொந்த படைகளுடன் நகரத்தைத் தாக்கினார். இரு தரப்பினரும் ஒருவருக்கொருவர் சண்டையிட்டனர். வீரசேனன் கொல்லப்பட்டார்.

மனோரமா தனது தந்தையின் மரணத்தை அறிந்ததும், பயந்து போனார். அயோத்தியில் இருந்தால், தன் மகனின் உயிருக்கு ஆபத்து இருப்பதை அவர் உறுதியாய் நம்பினார். அதனால் அவனுடன் தப்பித்தார். கங்கை ஆற்றின் கரையில், மரியாதைக்குரிய முனிவர் பரத்வாஜர், அரசியிடமும் இளம் இளவரசனிடமும் என்று இருவரிடமும் இரக்கம் கொண்டார். அவர்களுக்குப் பாதுகாப்பும் தங்குமிடமும் வழங்கினார்.

சுதர்சனன் கண்ணில் படாத நிலையில், சத்ருசித் பாதுகாப்பாய் அரியணையில் ஏறி கோசல நாட்டு மன்னன் ஆனான். ஒரு நாள், சத்ருசித்தின் தாத்தா யுதாசித், பரத்வாஜரின் பாதுகாப்பில் சுதர்சனன் இருப்பதை அறிந்தார். முதலில் பிறந்த இளவரசன் அரியணைக்கு அச்சுறுத்தலாய் இருக்கக் கூடாது என்று அவனைக் கொல்ல நினைத்தார். இருப்பினும், சிறுவன் துறவியின் பாதுகாப்பின் கீழ் இருக்கும் போது இந்தத் திட்டத்தைத் தொடர வேண்டாம் என்று நாட்டின் அறிவார்ந்த அமைச்சர்கள் ஆலோசனை கூறினார்கள்.

துறவியின் ஆசிரமத்தில், ஒரு நாள் சுதர்சனன் ஒரு கவர்ச்சியான மந்திரத்தைக் கேட்டான். இருப்பினும், பின்னர், அவனால் மந்திரத்தின் முதல் வார்த்தை மட்டுமே நினைவுகூர முடிந்தது. அதை மீண்டும் மீண்டும் உச்சரிக்கத் தொடங்கினான்: க்லீம் க்லீம். இந்த வார்த்தையின் பொருள் புனித தேவியைக் குறிக்கிறது என்று அவன் அறிந்திருக்கவில்லை.

ஆண்டுகள் சென்றன. சுதர்சனனின் தினசரி புழக்கத்தில், மந்திரம் ஒரு பகுதியாய் மாறியது. கடைசியில் சிறுவனையும் அவனது அப்பாவித்தனத்தையும் பக்தியையும் கவனித்த தேவி, அவன் முன் தோன்றினார். அவர் அவனுக்குத் தெய்வீக வில்லையும் அம்புகளையும் கொடுத்து ஆசி கூறி, அவனது பாதுகாப்பிற்கு வாக்குறுதி அளித்தார்.

இதனிடையே தேவியின் தீவிர பக்தை ஒருத்தி, காசியின் அழகிய இளவரசி சசிகலாவும், சுதர்சனத்தைப் பற்றியும் தேவியின் ஆசி பற்றியும் கேள்விப்பட்டாள். உடனடியாய், அவள் ஒரு தொடர்பை உணர்ந்தாள். அவனை ஒருபோதும் சந்திக்காத போதிலும், அவனிடம் காதல் வயப்பட்டாள்.

சசிகலாவின் தந்தை சுபாகு, மணமகள் வருங்கால கணவர்களின் பெரும் கூட்டத்திலிருந்து மணமகனைத் தேர்ந்தெடுக்கும் அவளது சுயம்வரத்திற்கு ஏற்பாடு செய்திருந்தார். மேலும் பல இளவரசர்களைக் கலந்துகொள்ள அழைத்திருந்தார். ஆனால், சசிகலா திடீரென அவருக்கு மாப்பிள்ளை சுதர்சனன் மட்டும்தான் எனத் தெரிவித்தாள். இது அவளது பெற்றோருக்கு வருத்தத்தைத் தந்தது. சுதர்சனன் நாடும், எந்த ஆதரவாளர்களும் இல்லாத ஓர் இளவரசன். ஆனால் சக்தி வாய்ந்த எதிரியும் ஒன்றுவிட்ட சகோதரருமான சத்ருசித் மட்டுமே அவர்களைத் தடுக்க வைத்தது. ‘தயவுசெய்து அன்பு மகளே, நீ உன் எதிர்காலத்திற்காய், மனதை மாற்றிக்கொள்ள வேண்டும்,’ என்று சசிகலாவுக்கு அறிவுரை கூறினர்.

இருப்பினும், சசிகலா தனது முடிவில் அசையா உறுதியுடன் இருந்தாள். தயக்கத்துடன், சுதர்சனத்தை வரவிருக்கும் சுயம்வரத்திற்கு அழைக்க, சுபாகு நம்பகமான தூதரைக் காட்டிற்கு அனுப்பினார். இளவரசியின் பெற்றோர் இந்த நிகழ்வில் கலந்து கொள்ளும் ஏதேனும் ஒரு இளவரசராகிலும் தங்கள் மகளின் மனதை மாற்றுவார்கள் என்று நம்பினர்.

அழைப்பிதழ் கிடைத்ததும், சுதர்சனனுக்கு நிகழ்வில் கலந்து கொள்ள ஆவல் வந்தது. ஆனால் அவனது தாயார், நாடு கடத்தப்பட்ட அரசி மனோரமா, என்ன நடக்குமோ என்று பயந்து, ‹ஓ என் அன்பான குழந்தாய், தயவுசெய்து போகாதே!' என்றார். 'உனக்கு அரச அழைப்பிதழ் வந்திருப்பது எனக்குத் தெரியும். ஆனால், அது சுயம்வரத்திற்குச் சில நாட்களுக்கு முன்பு அனுப்பப்பட்டது. அதுவே, நீ இளவரசிக்கு ஒரு முக்கியமான பொருத்தம் இல்லை என்பதைக் குறிக்கிறது. சத்ருசித்தும் இருப்பான் என்று நான் உறுதியாய் நம்புகிறேன். நான் என் தந்தையை இழந்தது போல் உன்னையும் இழக்க விரும்பவில்லை,' என்று கூறி அவனைத் தடுத்தார்.

சுதர்சனன் சிரித்தான். 'தாயே, கவலைப்படாதீர்கள். தேவி என்னுடன் இருக்கிறார். உங்களைப் போலவே நானும் போர்வீரர்களின் குலத்தைச் சேர்ந்தவன். நீங்கள் பயப்படுவது முற்றிலும் ஏற்றுக்கொள்ளத்தக்கது. ஆனால் அது நாம் நம் பாதையைத் தொடர நம்மைத் தடுக்கக்கூடாது. நாம் முன்னோக்கிச் செல்ல வேண்டும்,' என்று துணிவுடன் கூறினான்.

'ஆனால் நீ என் அருமை மகன்,' என்று மனோரமா குறிப்பிட்டார் சோகமாய். தன் மகன் நினைத்ததைச் செய்யாமல் விடமாட்டான் என்பதை உணர்ந்த அவர், 'சரி நீ போக வேண்டுமானால் நானும் வருவேன்,' என்று கட்டாயப்படுத்தினார்.

சுதர்சனன் சம்மதிக்க, விரைவில், தாயும் மகனும் காசிக்குப் பயணம் செய்தனர்.

அவர்கள் சென்றடைந்ததும், மன்னர் சுபாகு மிகுந்த மதிப்புடனும், மாண்புடனும் விருந்தோம்பலுடனும் அவர்களை வரவேற்றார்.

மறுநாள் காலை, சுயம்வரத்தில் சுதர்சனன் தன் ஒன்றுவிட்ட சகோதரன் சத்ருசித்திடம் ஓடினான். அவனது தாத்தா யுதாசித், சத்ருசித்துடன் இருந்தார். 'ஏன் வந்தாய்?' என்று தன்னுடைய வெறுப்பை மறைத்துக் கொண்டு சத்ருசித் கேட்டான். 'இது உனக்கான இடம் இல்லை. உன்னிடம் இராணுவம் கூட இல்லை!' என்றான் கோபத்துடன்.

'நான் இங்கே தேவியுடன் இருக்கிறேன், அவளுடைய ஆதரவுதான் எனக்குத் தேவை,' என்று சுதர்சனன் பதிலளித்தான்.

அப்போதுதான் சசிகலா மாலையுடன் மண்டபத்திற்குள் நுழைந்தாள். மெதுவாய், அருகில் நின்ற மகிழ்ச்சியற்ற பெற்றோரிடம், ‹இன்று எத்தனை இளவரசர்கள் திருமணத்தினால் என் கையை எதிர்பார்த்து இங்கு வந்திருக்கிறார்கள் என்று எனக்குத் தெரியாது. ஆனால் உண்மை என்னவென்றால், அது ஒரு பொருட்டல்ல. என் முடிவு ஏற்கனவே செய்யப்பட்டுள்ளது. நான் சுதர்சனனை மணக்கப் போகிறேன்,' என்றாள் உறுதியுடன்.

ஆதரவற்றும் கவலையுடனும் இருந்த அரசர் உடனே சுயம்வரத்தை, தான் நிறுத்த வேண்டும் என்பதை உணர்ந்தார். 'எனது மகள் சுதர்சனனைத் திருமணம் செய்ய முடிவு செய்துள்ளார். எனவே, இனி சுயம்வரம் நடக்காது. உங்களை எங்களது மதிப்பிற்குரிய விருந்தினராய் வரவேற்கிறோம். மேலும் நீங்கள் ஒவ்வொருவரும் சில பரிசுகளை ஏற்றுக் கொள்ளும்படி கேட்டுக் கொள்கிறேன். நீங்கள் உங்கள் சொந்த நாடுகளுக்குத் திரும்பிச் செல்வதற்கு முன், எங்களுடன் உணவு அருந்திச் செல்ல வேண்டும் என்று வேண்டிக் கேட்டுக் கொள்கிறோம்,' என்று உரத்த அறிவிப்பை வெளியிட்டார்.

'உங்கள் மகள் சுதர்சனனை ஏற்கனவே தேர்ந்தெடுத்து இருந்தால், மற்ற இளவரசர்களை ஏன் அழைத்தீர்கள்? இது எங்களுக்கு அவமானம். இதை நான் பொறுத்துக் கொள்ள மாட்டேன். உங்கள் மகளைக் கடத்திச் சென்று, என் பேரன் சத்ருசித்திற்குக் கட்டாயப்படுத்தி, திருமணம் செய்யப் போகிறேன்,' என்று யுதாசித் கோபமடைந்தான்

மன்னர் சுபாகு வெளிறிப் போனார். யுதாசித்தின் படைகளின் வலிமைக்கும் திறமைக்கும், அவருடைய படை ஈடாகாது! எனவே, அவர் தனது பக்கம் மகளை நோக்கி, 'என் அன்புக் குழந்தையே! எங்களை எந்த நிலைக்கு வர வைத்திருக்கிறாய் என்று பார்த்தாயா? தயவு செய்து அமைதி நிலவும் படி, உன் மனதை மாற்றிக் கொள்ளும்படி கேட்டுக்கொள்கிறேன்,' என்று கூறினார்.

'மன்னிக்கவும், அன்பான தந்தையே! ஆனால் நான் என் முடிவுக்குக் கட்டுப்பட வேண்டும்,' என்று அதற்குச் சசிகலா பதிலளித்தார். அவள் மனம் தளராமல், சுதர்சனனை அணுகி, அவருக்கு மாலை அணிவித்து, அவருடன் நிச்சயம் ஆகியதை, வந்திருந்த விருந்தாளிகளுக்குச் சுட்டிக் காட்டினாள்.

நொடிப்பொழுதில், மண்டபம் போர்க்களமாய் மாறியது. யுதாசித் மற்றும் சத்ருசித்தின் வீரர்கள் பெரும் படையுடன் நாட்டின் காவலர்கள் மீது தாக்குதல் நடத்தினர். மற்றவர்கள் இரு தரப்பினருக்கு இடையே ஒருவருடன் இணைந்து கொண்டனர். போர் முடிவடையாது போல் தோன்றியது.

திடீரென்று, அந்த அறையில் ஒரு கொடூரமான புலி மீது அமர்ந்துகொண்டு, தேவி எங்கிருந்தோ தோன்றினார். அவர் சிவப்பு நிறப் புடவை அணிந்திருந்தார். அவர் கழுத்தில் மந்தார மலர் மாலை அணிந்திருந்தார். அவருடைய பல கைகள் ஆயுதங்களைப் பற்றி இருந்தன.

ஏறக்குறைய சுதர்சனனுக்கு அடுத்து என்ன செய்வது என்று உள்ளுணர்வால் தெரிந்தது போலிருந்தது. அவன் தனது தெய்வீக வில்லை வெளியே எடுத்து, அடுத்தடுத்து அம்புகளைத் தொடர்ந்து விரைவாய் தொடுக்கத் துவங்கினான்.

அறையிலிருந்த வீரர்கள் தேவியைப் பார்த்ததும், தங்கள் ஆயுதங்களைக் கீழே போட்டுவிட்டுப் பின்வாங்கினர். எனினும் யுதாசித்தும் சுதர்சனனைக் கொல்ல வேண்டும் என்ற ஆர்வத்தில், தேவியை அடையாளம் கண்டு கொள்ளவில்லை. அவருக்கு அவர் ஒரு பெண் மட்டுமே. அவர் தனது வீரர்களை நோக்கி, 'ஏன் கோழைகளே, ஒரு பெண்ணைக் கண்டு ஓடுகிறீர்கள்? சுதர்சனனைச் சுற்றி வளைத்து, கொல்லுங்கள்!' என்று கர்சித்தார்.

ஒரு சிறு புன்னகையோடும், எதுவும் பேசாமல், கச்சிதமாய்க் குறிவைத்த அம்புகளுடன் யுதாசித், சத்ருசித் இருவரையும் கொன்றார் தேவி.

இந்தத் தேவியின் சக்தியும் அவள் நீதியை நிறைவேற்றும் கதையும், விரைவாய் எல்லா இடங்களிலும் பரவியது.

காலப்போக்கில், சுதர்சனன் கோசலையின் மன்னனாய் முடிசூட்டப் பட்டான். அவன் தேவியின் பக்தனாய் இருந்து, அவனது நாட்டில், வருடத்தில் ஒரு நாளை தேவிக்கு அர்ப்பணித்தான்.

# பழங்கள் மற்றும் காய்கறிகளின் கடவுள்

ஒரு காலத்தில், இரண்யாட்சனின் பரம்பரையைச் சேர்ந்த ருரு என்ற அசுரன் வாழ்ந்து வந்தான். மும்மூர்த்திகளின் பக்தர், ருரு பிரம்மாவை மகிழ்விக்க ஒரு தவம் செய்தார்.

பிரம்மா அவர் முன் தோன்றியபோது, ருருவிடம் கேட்டார். 'என் அன்புக் குழந்தையே, உனக்கு என்ன வேண்டும்?'

'கடவுளே, எனக்கு மும்மூர்த்தி எப்பொழுதும் என் குடும்பத்தைப் பாதுகாக்கும் வரம் தருவீர்களா?'

'அப்படியே ஆகட்டும்,' என்று ஆசி கூறி மறைந்தார் பிரம்மா.

காலம் கடந்தது. ருருவின் மகன் துர்காமாசுரன் இலட்சியவாதி மற்றும் அறிவார்ந்த அசுரன். சக்திவாய்ந்த அரசனாய் வளர்ந்தான். சுக்ராச்சாரியார், அசுரர்களின் குரு. துர்காமாசுரனைப் பிரம்மாவை வணங்கும்படி அறிவுறுத்தினார். சில முட்டாள்தனமான வரங்களை அசுரர்கள் முன்பு கேட்டிருந்ததைப் பற்றிச் சுக்ராச்சாரியார் அறிந்திருந்தார். அதனால், அவர் துர்காமாசுரனை, 'நீ எதைக் கேட்கிறாய் என்பதில் கவனமாய் இரு,' என்று எச்சரித்தார்.

தவத்திற்காய் புறப்படுவதற்கு முன்பாய், துர்காமாசுரன் தன் ஆசிரியர் கூறியதைக் கவனமாய்க் கேட்டுக்கொண்டான். பிரம்மா தோன்றி, 'என் பக்தனே உனக்கு என்ன வேண்டும்?' என்று கேட்கும் வரை, பல ஆண்டுகள் தியானம் செய்தான்.

துர்காமாசுரன் வேதங்களின் மற்றும் யாகங்களின் முக்கியத்துவத்தை அறிந்திருந்தான். அவனது முன்னோடிகளைப் போலல்லாமல், அவன் அழியாமையைக் கேட்க விரும்பவில்லை. மாறாய், 'இறைவா, நீயே நான்கு வேதங்களையும் படைத்தவன். தயவு செய்து அதன் உரிமையை எனக்கு மட்டுமே கொடுங்கள்,' என்று வேண்டினான்.

பிரம்மா சம்மதித்து, துர்காமாசுரனுக்கு ஆசி வழங்கினார்.

அவன் வேதங்களின் உரிமையாளரானதுமே, துர்காமாசுரன் புவியின் கீழ் அமைந்த பாதாள நாட்டில், வேதங்களைப் பூட்டுப் போட்டு

வைத்தான். இதன் விளைவாய், வருங்காலச் சந்ததி ஆச்சாரியர்களும் முனிவர்களும், சந்தேகங்கள் தோன்றிய போது வேதங்களைச் சுட்ட முடியாததால், யாகங்களை நிகழ்த்த முடியவில்லை. படிப்படியாய், குறைவான யாகங்கள் நடந்தன. யாகங்கள் வழியாய், பொதுவாய் கடவுளர்களை மகிழ்விப்பதற்காய் நெருப்புக்கு வழங்கப்படும் உணவின் பங்கும் குறைந்தன. இன்னும் காலப்போக்கில், யாகங்கள் மறைந்தன. எனவே, கடவுளர்கள் மனிதர்களிடமிருந்து துண்டிக்கப்பட்டு, அவர்களின் புவிக்கு மேலிருந்த சக்தியை இழக்கத் தொடங்கி, மேன்மேலும் பலவீனமாயினர்.

துர்காமாசுரன் கடவுளர்களின் பலவீனம், அவனது பலத்தைக் கூட்டும் என்று அறிந்திருந்தான். அவன் விரைவில் புவியின் குடிமக்களையும் கிரகத்தில் உள்ள பிற உயிரினங்களையும் தொந்தரவு செய்யத் தொடங்கினான்.

நீரின் கடவுளான வருணன் மிகவும் மெலிந்து பலவீனமானான். அவனால் புவியில் உள்ள மக்களுக்கு மழையை அனுப்ப முடியவில்லை. அனைத்து நீர் ஆதாரங்களும் வறண்டு போயின. பஞ்சம் உலகையே வாட்டியது. உணவு மற்றும் வளங்களின் பற்றாக்குறையால் விலங்குகள், இறக்கத் தொடங்கின. மேலும் ஆண்களும், பெண்களும், குழந்தைகளும் இறந்தனர்.

இருப்பினும், துர்காமாசுரன் மாறவும் இல்லை, மனம் திருந்தவும் இல்லை. ஒரு அரசனாய், அவனது குடிமக்களிடமிருந்து, அவன் இன்னும் தண்ணீர் உட்பட அனைத்து வளங்களையும் கோரினான். மக்கள் எதிர்கொள்ளும் சிரமங்களைப் பற்றிச் சற்றும் கண்டுகொள்ளவில்லை. மாறாய், அவன் இந்த வாய்ப்பைப் பயன்படுத்திக் கொண்டு, வானத்தை நோக்கி அணிவகுத்துச் சென்றான். இந்திரனை வீழ்த்தி, மேலும் தன்னைக் கடவுளர்களின் அரசனாய் முடிசூடி கொண்டான். இது வருணன் உட்பட, அனைத்துக் கடவுளர்களையும் அவனுக்கு அடிமை ஆக்கியது.

மும்மூர்த்திகளின் வாக்குறுதியால், துர்காமாசுரனின் தந்தைக்குக் கொடுத்த பாதுகாப்பு வரம், தேவர்களை உதவியற்றவர்களாய் உணர வைத்தது. துர்காமாசுரனுக்கு வேதத்தைக் கொடுத்ததால், யாகங்களின் முடிவு, சக்தியற்ற கடவுள்களுக்கு வழிவகுத்து, புவியில் மக்களைப் பட்டினி ஆக்கும் பலன் கிடைக்கும் என்று பிரம்மா அறிந்திருக்கவில்லை.

தேவர்களும் மனிதர்களும் துர்காமாசுரனைக் கண்டும், அவனது அடுத்த நகர்வுக்கும் அஞ்சினர். பிரம்மாவும் விஷ்ணுவும் சிவனிடம் ஓடினர். அவரிடம் உதவி கோரினர்.

சிவன் அமைதியாய் இருந்தார். அவர், 'ருருவின் குடும்பத்தைக் காப்பாற்ற, மும்மூர்த்திகள் உறுதியளித்துள்ளதால், நாம் துர்காமாசுரனுக்கு எதிராய் போரை அறிவிக்க முடியாது. அவ்வாறு செய்யக்கூடிய ஒரே நபர் சிந்தையிலும் செயலிலும் என்னைச் சார்ந்திராத என் மனைவி, பார்வதி. குடும்பத்தைக் காப்போம் என்று உறுதியளித்திருந்தாலும், ஒருவேளை பார்வதி உதவலாம். அவர் எதிரிகளை எளிதில் தோற்கடிக்கும் ஒரு கடுமையான போர்வீராங்கனை,' என்று கூறினார்.

கடவுள் மற்றும் மனிதர்களின் முடிவில்லாத வேண்டுகோளைக் கேட்டு, பார்வதி சிங்கத்தின் மீது புவிக்கு வந்தார். அவர் அவருடைய பதினாறு கைகளிலும் பதினாறு ஆயுதங்களுடன் இருந்தார். முடிவில்லாத வறட்சியின் விளைவாய் அரிதான தாவரங்களையும், இறந்த விலங்குகளையும், மனிதர்களின் உடல் குவியல்களையும் தேவி கவனித்தார். தாய்மை உணர்வால், அவரால் சோகத்தை அடக்க முடியவில்லை. அவர் கண்கள் கண்ணீர் சிந்தின. கண்ணீர் புவியைத் தொட்ட கணம், அவை உடனடியாய் முழு ஆறுகளாய் மாறின. பார்வதிக்கு, தன் கண்ணீர், தண்ணீராய் மாறியது புரிந்ததும், அவர் தன் சக்தியைப் பயன்படுத்தி, தன் உடல் முழுவதும் நூறு கண்கள் ஆகும்படி செய்தார். இது அவருக்கு ஒரு பெயரைப் பெற்றுத் தந்தது - சடாக்ஷி - நூறு கண்கள்.

விரைவில், புவி தண்ணீரால் ஆசி பெற்றது. ஆனால் உயிர் வாழ, மரங்கள் இல்லை. இந்தப் பிரச்சனையை எப்படித் தீர்க்க வேண்டும் என்று பார்வதி யோசித்தார். மழைநீர் என்பது எல்லாவற்றிலும் தூய்மையான நீர், அது உணவை விரைவாய் வளர்க்க உதவியது என்று அவருக்குத் தெரியும்.

அதனால், துர்காமாசுரனைத் தேடிச் சென்றார். அசுர அரசன் அவர் உண்மையில் யார் என்று புரியாமல், அவரைப் பார்த்த நொடியில் அவரது அழகில் மயங்கினான். அவன் அவரிடம், 'ஓ அழகான பெண்ணே, என்னிடமிருந்து உனக்கு என்ன வேண்டும்? நீ என்ன தேடி வந்து இருக்கிறாயோ அதை நிச்சயம் என்னால் தரமுடியும் என்பது உறுதி,' என்றான் காதலுடன்.

‘வேதங்களை விடுவித்து, யாகங்களை மீண்டும் தொடங்க அனுமதி. வருணன் புவிக்குத் தண்ணீரை அனுப்ப விடு. மழையால் மட்டுமே பயிர்கள் கிடைக்கும். ஆறுகள் உதவலாம், ஆனால் மழை அவசியம்.’

‘நான் இதை ஒப்புக்கொள்கிறேன், சிவந்த கன்னியே! ஆனால் என்னை நீ மணந்து கொள்ள வேண்டும் என்று விரும்புகிறேன்,’ என்று நிபந்தனை விதித்தான்.

‘நான் சிவனின் மனைவி என்பது உனக்குத் தெரியாதா? பிரபஞ்சத்தின் தாய்? உனக்கு அன்பின் பொருள் தெரியாதா?’ என்று கூறி, அவர் மேலும், ‘நீ தவறு செய்துவிட்டாய் என் குழந்தாய். உன் எதிர்மறை செயல்களை நிறுத்து. உலகம் அமைதி பெற வேண்டும் என்பதைப் புரிந்து கொள்,’ என்று தொடர்ந்தார்.

ஆனால், துர்காமாசுரன் அவரது வார்த்தைகளுக்குச் செவி சாய்க்கவில்லை. அவன் அவர் அழகில் மயங்கி இருந்தான். ‹நீ சிவனின் மனைவி என்று தெரிந்திருப்பது அருமை. ஆனால் கடவுளர்கள் கைவிடப்பட்ட கைலாச மலையில் வசிக்கும் உன் துறவி கணவரை விட்டு, வெளியேற வேண்டும் என்று அறிவுறுத்துகிறேன். நீ என் அரசியாகி, வாழ்நாள் முழுவதும் நான் உனக்கு அடிமையாய் இருப்பேன்,’ என்று அவன் சொன்னான்.

ஆர்வத்துடனும் அச்சத்துடனும் நடவடிக்கைகளைத் தேவர்கள் பார்த்துக் கொண்டிருக்க, பார்வதிக்கு அவன் வார்த்தைகளைக் கேட்டு கோபம் ஏற்பட்டது. ‹புரிதல் இல்லாத உனக்கு எந்த விளக்கத்தையும் அளிக்க முயல்வதில் எந்தப் பொருளுமில்லை,’ என்றார். ‹எனவே, ஒரே தீர்வு என்னவென்றால், உன் முடிவை நீ சந்திக்க வேண்டும் - ஒருவேளை அது உன்னுடைய விதியும் உன் வார்த்தைகளின் நோக்கமாயும் இருக்கலாம். வா, போரிடுவோம்,’ என்று போரிட ஆயத்தமானார்.

துர்காமாசுரன் சத்தமாய் சிரித்தான். அந்த எண்ணம் முற்றிலும் அபத்தமானது என்று அவனுக்குத் தோன்றியது. ‹அட விடுப்பா. எப்படி உன்னைப் போன்ற ஒரு மென்மையான பெண் என்னைப் போன்ற வலிமைமிக்க அரக்கனிடம் சண்டையிட முடியும்?’ என்று கேலி செய்தான்.

பார்வதி பின்வாங்க மறுத்ததால், துர்காமாசுரன் தயக்கத்துடன் சண்டைக்கு ஒப்புக்கொண்டான். பயங்கரமாயும் கடுமையாயும் போர் நடந்தது. பார்வதி, இப்போது கோபம் மற்றும் பழிவாங்கும் அவதாரத்தில், அவருடைய எல்லா ஆயுதங்களையும் பயன்படுத்தி, உத்திகள் செய்து துர்காமாசுரனைக் கொன்றார்.

படிப்படியாய், பார்வதி தனது நிதானமான அமைதியான சுயத்திற்குத் திரும்பினார். அவருக்கு நன்றி சொல்ல வந்திருந்த தேவர்களிடமும் மனிதர்களிடமும், 'துர்காமாசுரனை எதிர்த்து நான் போரிட்ட வடிவம் துர்கா என்று அழைக்கப்படும். உலகைக் காப்பாற்ற, செடிகள், மரங்களையும் காய்கறிகளையும் வளர்க்க நான் விதைகளைக் கொடுப்பேன். சாகுபடிக்கு உதவ, வருணன் மழையை அனுப்புவான். இந்த நோக்கத்திற்காய், பூக்கள் அல்லது ஆபரணங்கள் அல்லாமல், எனது சாகாம்பரி வடிவத்தில், காய்கறிகளைக் கொண்டு நீங்கள் என்னை வழிபட வேண்டும். நான் இங்கே எப்போதும் காய்கறிகள் விளையும் படி, ஓர் அழகான தோட்டத்தை உருவாக்குவேன். இதற்கு, பனசங்கரி அல்லது தோட்டத்தின் கடவுள் என்று நான் அழைக்கப்படுவேன். எனக்கு எப்போதும் பச்சை நிற ஆடை அணியப்பட வேண்டும்,' என்று தன்னுடைய முன்னோக்கிய செயல்களைத் தெரிவித்ததார்.

இன்று பனசங்கரி கோவில் வடக்கு கர்நாடகாவின் பாகல்கோட் மாவட்டத்தில் உள்ளது. இனிமையான முகத்தையும், பதினாறு கைகளையும், சிங்கத்தின் மீது சவாரி செய்யும் பார்வதி சிலையுடன் உள்ளது. நவராத்திரியின் போது, அவர் எலுமிச்சை, மிளகாய், கத்தரிக்காய், வெற்றிலைகள், மற்றும் பிற பச்சைக் காய்கறிகள் கொண்டு அலங்கரிக்கப்படுகிறார். அந்த நாட்களில், அவருக்கு, கூட்டினால் 108 என்ற புனித எண் வரும்படி, சமைத்த காய்கறிகள் மட்டுமே படைக்கப்படும்.

# விண்ணகத்திற்கான படிகள்

மன்னன் பாண்டு இறந்ததும், அவரது விதவை குந்தி ஐந்து குழந்தைகளான பாண்டவர்களுடன், கணவரின் ஒன்றுவிட்ட சகோதரர் மற்றும் ஆளும் மன்னன், திருதராட்டிரனுடன் வாழ அத்தினாபுரம் சென்றார். அவரது மனைவி, காந்தாரி; அவர்களின் நூறு குழந்தைகள் கௌரவர்கள்.

ப்ரிதா என்று அழைக்கப்பட்ட குந்தி, அவருடைய குழந்தைகள் பெயருக்கு மட்டுமே இளவரசர்களாய் இருந்தனர் என்று வலுவாய் உணர்ந்தார். ஏனெனில் அவர்களுடன் தந்தையும், வாரிசாய் பெற நாடும் இருக்கவில்லை. காலப்போக்கில், தன் மைத்துனரின் வீட்டில் விரும்பாத விருந்தாளி போல் உணரத் தொடங்கினார். அங்கு இன்னும் எவ்வளவு காலம் தங்கி இருக்க வேண்டுமோ என்று யோசித்தார்.

ஒரு நாள், உலகெங்கிலும் அலைந்து திரியும் நாரத முனிவர் அரண்மனைக்கு வந்தவர், குந்தியும் காந்தாரியும் பேசிக்கொண்டிருந்ததைப் பார்க்க நேர்ந்தது. பின்னர், அவர் அப்பெண்களிடம், 'நீங்கள் இருவரும் என்ன பேசிக் கொண்டிருந்தீர்கள்?' என்று கேட்டார்.

'எங்கள் குழந்தைகளின் நலன் பற்றி,' என்றார் காந்தாரி.

'அப்படியானால் பார்வதி தேவியை வழிபட வேண்டும். அவர், தாய்களுக்கெல்லாம் சிறந்த தாய்,' என்று நாரதர் பதிலளித்தார்.

'அன்னை பார்வதியின் வலிமையையும் சக்தியையும் நான் அறிவேன். ஆனால் நம் குழந்தைகளுக்காய், அவரிடம் எப்படி வேண்டிக் கொள்வது?' என்று குந்தி கேட்டார்.

'கஜ கௌரி பூசை செய்யுங்கள். ஆனால் அது பத்ரபதா மாதம், விநாயகர் திருவிழாவிற்கு முன், மழைக்காலத்தின் முடிவில் செய்யப்பட வேண்டும்.'

'பூசைக்கு என்ன செய்ய வேண்டும்?' என்று குந்தி கேட்டார்.

'பார்வதியை உங்கள் வீட்டுக்கு அழையுங்கள். முடிந்தால் அவருடைய குடும்பமும் வர வேண்டும். அவர் யானை மீது வரவேண்டும். அது சாத்தியம் இல்லை என்றால், நீங்கள் ஒரு யானையைக் கொண்டு வர

வேண்டும், கடவுளின் சிலையை அதன் மீது ஏற்ற வேண்டும். அவருக்கு உடைகளையும், பாத்திரங்களையும் பூக்களையும் வழங்குங்கள். உங்கள் குழந்தைகளைப் பாதுகாக்கவும், பராமரிக்கவும் அவரிடம் வழிபாடு செய்யுங்கள்,' என்று நாரதர் வணங்கும் முறைகளை எடுத்துக் கூறினார்.

இந்த வார்த்தைகளுடன், நாரதர் குந்தியிடமும் காந்தாரியிடமும் விடைபெற்றார்.

குந்தி தன் அறைக்குத் திரும்பிய பிறகு, கவலையுடன் அமர்ந்திருந்தார். 'காந்தாரி அரசி. அவருக்கு நூறு குழந்தைகள். உண்மையான யானையை எளிதில் பெற அவரால் முடியும். அவர் ஒவ்வொரு குழந்தைக்கும் பணிகளை ஒதுக்கி, மிகுந்த ஆடம்பரத்துடனும் காட்சிப்படுத்தும் படியும் பூசை செய்ய முடியும். எனக்கு அத்தகைய சுதந்திரமோ அதிகாரமோ இல்லை, இது என்னுடைய விதி. என் குழந்தைகள் எண்ணிக்கையில் ஐந்து மட்டுமே. நான் என்ன செய்யட்டும்?› என்று வருத்தப்பட்டார்.

இதற்கிடையில், காந்தாரி தன் அறையில் அமர்ந்து, 'இந்த விசேட பூசைக்கு நான் குந்தியை அழைக்கக் கூடாது. அவரிடம் எந்தப் பொருளும் இல்லை. நான் அதை எப்படிச் செய்கிறேன் என்பதை அவர் பார்க்கும்போது, அரசியாய் அவர் இழந்த அனைத்தையும் நினைவில் கொள்வார், அது அவளை மகிழ்ச்சியற்றவராக்கும். அவருடைய வலிக்கு நான் காரணமாய் இருக்க விரும்பவில்லை,' என்று யோசித்தார்.

அவர் செய்தது சரிதான் என்ற உறுதியுடன், காந்தாரி ஒரு உண்மையான யானையை வரவழைத்து. அதன் மீது அம்மன் சிலையை ஏற்றி, ஏராளமான சுவையான உணவுகளையும் அற்புதமான ஆடைகளையும் காணிக்கையாய்ச் செலுத்தி, பூசை செய்தார்.

பூசை பற்றிய செய்தி குந்திக்கு எட்டியபோது, அவர் மனமுடைந்து போனார். 'காந்தாரி என்னை அழைக்கவில்லை, ஏனென்றால் நான் இப்போது அவருடைய தகுதிக்கு இணையான ஒருத்தியாய் இல்லை,' என்று அவர் கருதினார்.

அவருடைய மகன்கள் அவரை அப்படிப்பட்ட நிலையில் பார்த்தபோது, அவர்கள் அவரிடம் கேட்டார்கள். 'தாயே, உங்களுக்கு என்ன கவலை?'

'இன்று காந்தாரி தன்னுடைய நூறு மகன்களுக்காய், கஜ கௌரி பூசை செய்தார். அவருக்கு உதவியாய், பல மகன்கள் உள்ளனர். இருப்பினும், அவர் என்னை அழைக்கவோ தெரிவிக்கவோ இல்லை. நானும் பூசையைச் செய்ய விரும்பினேன். ஆனால் நம்முடைய இந்த நிலைமையில் அதை எப்படிச் செய்வது?'

'தாயே, உங்கள் ஐந்து மகன்களின் பலம் நூறு பேரை விட அதிகம்,' என்றான் அர்ச்சுனன். 'காந்தாரி தாய் உண்மையான யானையைப் பெற்றதைப் போலவே, உங்களுக்காய் பூசைக்கு, இந்திரனின் அவையிலிருந்து வெள்ளை யானை, ஐராவதத்தை நான் கொண்டு வருகிறேன். உண்மையில், நான் பார்வதி தேவியே பூசைக்கு வருவதை உறுதி செய்கிறேன்,' என்று தைரியம் கொடுத்தான்.

'அதை எப்படிச் செய்வாய் என் குழந்தாய்?' என்று குந்தி கேட்டார்.

'அதைப் பற்றி நீங்கள் கவலைப்படாதீர்கள், என் அன்பான தாயே,' என்று அர்ச்சுனன் தன் வில் அம்புகளுடன் புறப்பட்டான். அவன் நகரின் புறநகர் பகுதிக்குச் சென்றான். சிறிது நேரம் கழித்து, அவன் திறந்த வெளியைக் கண்டான். அங்கிருந்து விண்ணை நோக்கி நூற்றுக்கணக்கான அம்புகளை எய்தினான். வானத்திற்குச் செல்லும் அம்புகளின் படிக்கட்டுகளைக் கவனமாய் ஏற்படுத்தினான். படிக்கட்டு முழுமை அடைந்ததும், அர்ச்சுனன் படிகளில் ஏறி, இந்திரனின் அவைக்குள் நுழைந்தான்.

தேவர்களின் சபையில் அமர்ந்திருந்த தேவர்கள் அனைவரும் விண்ணகத்தில் ஒரு மனிதன் நுழைந்ததைப் பற்றி எண்ணி கவலைப்பட்டனர். இப்போது எவரும் வேண்டுமானாலும் தங்கள் இருப்பிடத்திற்கு வந்து அவர்களின் செல்வத்தை எடுத்துச் செல்லலாம்.

அர்ச்சுனன் தன் இருப்பை அனைத்துத் தேவர்களுக்கும், 'மாண்புமிகு மதிப்பு மிக்கோரே, நான் அர்ச்சுனன், நான் மனப்பூர்வமாய் இந்திரனைச் சந்திக்க வேண்டுகிறேன்,' என்று அறிவித்தான்.

இந்திரன் துணிச்சலான இளம் வீரனை அடையாளம் கண்டு கொண்டு, 'அன்புள்ள அர்ச்சுனா, உனக்கு என்ன வேண்டும்? நீ விரும்பும் அனைத்தையும் கொடுக்க நான் ஆயத்தமாய் இருக்கிறேன். ஆனால், உன் வேலை முடிந்த பிறகு, நீ உருவாக்கிய படிக்கட்டுகளை அழிப்பதை உறுதிப்படுத்திக் கொள்ள வேண்டும். நீ போற்றத்தக்க குணம் கொண்ட மனிதன். ஆனால் கீழே உள்ள உலகில் உள்ள அனைவரும் உன்னைப்போல் இல்லை. விரும்பத்தகாத கதாபாத்திரங்கள் எங்கள் வீட்டிற்குள் நுழைய நாங்கள் விரும்பவில்லை,' என்று அன்புடன் அவனிடம் கேட்டார்.

அர்ச்சுனன் வணங்கினான். 'எனது தாய் கஜ கௌரி பூசை செய்ய விரும்புகிறார். அதற்கு யானை வேண்டும். நான் உங்களிடம் அதைக் கடனாய்ப் பெறலாமா?' என்று பணிவுடன் கேட்டான்.

'நிச்சயமாய். ஐராவதத்தை எடுத்துக் கொள்ளலாம். நீ கட்டிய பலமான படிக்கட்டு வழியாய், அதைக் கீழே அழைத்துச் செல்,' என்று பதிலளித்தார் இந்திரன்.

'மேலும், பூசைக்குத் தேவையான அனைத்துப் பொருட்களும் எனக்கு வேண்டும்,' என்றான் மேலும் அர்ச்சுனன்.

'உன் விருப்பம் எதுவோ அதை எடுத்துக்கொள்,' என்று இந்திரன் ஒப்புக்கொண்டார்.

'நான் சிவபெருமானிடமும் பார்வதி தேவியிடமும் பேசி, அவர்களை நேரில் பூசையில் கலந்து கொள்ள அழைக்க வேண்டும்?' என்றான் மேலும் பணிவுடன் அர்ச்சுனன்.

இந்திரன் சிரித்தார். 'சரி, அவர்களிடம் கேட்கிறேன்.'

அர்ச்சுனன் தேவையான பொருட்களுடன் ஐராவதத்தைப் புவிக்குக் கொண்டு வந்தான். பூசையின் சுப வேளையில், பார்வதி தனது கணவர் மற்றும் அவர்களது கணங்கள், விசுவாசமான பற்றாளர்களுடன் வந்தார். அவர் ஐராவதத்தின் மீது அமர்ந்திருந்தார். நேர்மையுடனும் பக்தியுடனும் குந்தி வணங்கினார்.

பூசை முடியும் தருவாயில், பார்வதி குந்தியை, 'தர்மத்தையும் நல்ல செயல்களைப் பற்றியும் மக்கள் பேசும்போது, உங்கள் குழந்தைகளின் பெயர்கள் எப்போதும் நினைவில் இருக்கட்டும். உன் விருப்பத்தை நிறைவேற்ற விண்ணகம் வரை வந்த உன் மகன் அர்ச்சுனன், பார்த்தா அல்லது பிருதையின் மகன் என்று அறியப்படட்டும்,' என்று ஆசி கூறினார்.

இன்று கர்நாடகாவில் குழந்தைகளின் நலனுக்காய் கஜ கௌரி பூசை நடத்தப்படுகிறது. இது பொதுவாய் பதினாறு நாட்கள் செய்யப்படுகிறது. ஒவ்வொரு நாளும் வித விதமான உணவு வகைகள் தயாரிக்கப்படும். இந்தப் பூசை எந்தக் குறிப்பிட்ட சமூகத்திற்கும் அல்ல. இதில் பல சடங்குகள் கிடையாது; அது நம்பிக்கையும் பற்றும் மட்டுமே. உண்மையான யானையைப் பெறுவது சாத்தியமில்லை என்பதால் இந்த நாட்களில், மக்கள் களிமண்ணால் செய்யப்பட்ட யானையின் மீது அமர்ந்துள்ள பார்வதி சிலையை வைத்து, வணங்குகிறார்கள்.

# பெண்ணுடன் போர்

ஒரு காலத்தில், கொடூரமான அசுரனான சம்பாசுரனின் மகன்களான இரண்டு அசுர சகோதரர்கள் சும்பனும் நிசும்பனும் வாழ்ந்தனர்.

புஷ்கர் என்ற புனிதத் தலத்தில், சகோதரர்கள் இருவரும் சேர்ந்து பிரம்மாவிடம், கடுமையாயும் கொடுமையாயும் தவம் செய்து வணங்கி நின்றனர். பல ஆண்டுகளுக்குப் பிறகு, இறைவன் தோன்றினார். 'என் பக்தர்களே நீங்கள் விரும்பும் வரம் என்ன?' என்று கேட்டார்.

சகோதரர்கள் தங்கள் பதிலுடன் ஆயத்தமாய் இருந்தனர். 'கடவுளே, நாங்கள் எந்த இனத்தின் ஆண் உறுப்பினராலும் கொல்லப்பட விரும்பவில்லை - அது மனிதனாய் இருந்தாலும், பறவையாய் இருந்தாலும், மிருகமாய் இருந்தாலும் அல்லது கடவுளாய் இருந்தாலும் சரி.'

பிரம்மா சிரித்துக்கொண்டே, 'அப்படியே ஆகட்டும்,' என்றார்.

சகோதரர்கள் பரவசமடைந்தனர். அழியாமைக்கு நிகரான வரம். அவர்கள் இருவரையும் கொல்லும் அளவுக்கு, சக்தி வாய்ந்த ஒரு பெண் எப்போதாவது இருக்க கூடும் என்ற எண்ணம் அவர்களது மனதில் தோன்றவே இல்லை.

சும்பன் நிலத்தின் அரசனாய் இருந்தான். வரத்தைப் பெற்றதால், இரண்டு சகோதரர்களின் நடத்தை தாங்க முடியாததாகிவிட்டது. வலிமைமிக்க அசுரன் உயிருடன் இருந்த போது, தாரகனின் படையின் தளபதிகளாய் இருந்ததை விடவும் காட்டுமிராண்டித்தனம் கூடுதலாய் இருந்தது. அதை மோசமாக்க, இரண்டு பெரிய போர்வீரர்கள் சண்டாவும் முண்டாவும் உதவி செய்து வந்தனர். சகோதரர்களுக்குச் சேவை செய்ய வேண்டும் என்ற ஒரே நோக்கத்துடன் அவர்களுடன் இணைந்தவர்கள். காலப்போக்கில், அவர்களின் அட்டூழியங்கள் உச்சக்கட்டத்தை அடைந்தன. பொது மக்கள் துன்பங்களால் வேதனையடைந்தார்கள்.

ஒரு நாள், சண்டாவும் முண்டாவும் காட்டில் சுற்றித் திரிந்தனர். அவர்கள் மிகவும் பிரமிக்க வைக்கும் ஒரு அழகுடைய பெண்ணைக் கண்டார்கள். உடனே அவரைப் பற்றிய செய்தியைச் சும்பனிடம்

தெரிவித்தனர். அந்தப் பெண்மணி அரசனுக்கு அரசியாய் விளங்கத் தகுதியானவர் என்று சொன்னார்கள்.

சண்டாவின், முண்டாவின் கருத்தை நம்பிய சும்பன், அவரது இரண்டு பிரதிநிதிகள் வழியாய், இந்த அழகான பெண்ணுக்கு, திருமண முன்மொழிவை அனுப்பினான்.

பார்வதி தேவியின் வடிவமாய் இருந்த பெண் வேண்டுகோளை நிராகரித்தார். 'போரில் என்னைத் தோற்கடிக்கும் ஒருவரையே திருமணம் செய்து கொள்வதாய் சபதம் எடுத்துள்ளேன். அதனால், அரசனின் முன்மொழிவை என்னால் ஏற்க முடியாது,' என்று தூதுவர்களிடம் கூறினார்.

இருப்பினும் சும்பன் விடவில்லை. அவன் மற்ற நம்பகமான அமைச்சர்களை, அவரைச் சம்மதிக்க வைக்க அனுப்பினான். இருப்பினும், அவர்கள் அனைவரும் அதே செய்தியுடன் திரும்பி வந்தனர்.

கடைசியில், அரசன் அந்தப் பெண்ணைப் பிடிக்க 60,000 வீரர்களை அனுப்பினான். ஆனால் பார்வதி, பல ஆயுதங்கள் ஏந்தியவர், புலியின் மீது ஏறிச் செல்பவர். அவரை அணுகிய அனைத்து வீரர்களையும் சண்டா மற்றும் முண்டா உட்பட அசுரர்களையும் கொன்றார்.

சும்பனும் நிசும்பனும் அவர்களின் விசுவாசமான ஊழியர்களின் மரணம் பேரிடியாய் இருந்தது. 'அவளுக்கு எப்பேர்ப்பட்ட நெஞ்சுரம், வலிமைமிக்க படையையும் நம் நம்பிக்கைக்குரிய வீரர்களையும் கொல்லுவதற்கு?' என்று ஆத்திரத்தில் சும்பன் இடி முழக்கமிட்டான். சகோதரர்கள் வரம் பற்றி மறந்து, தாங்களாகவே அவரை எதிர்த்துச் சண்டையிடப் புறப்பட்டனர்.

விதிப்படி, பார்வதி அபாரமாய் வலிமையுடனும் மாண்புடனும் போராடினார். அசுர சகோதரர்களைக் கொன்று என்றென்றும் அவர்களின் நாட்டையும் மக்களையும் அவர்களின் தீய ஆட்சியிலிருந்து விடுவித்தார்.

பிரம்மாவின் வரம் அப்படியே இருந்தது - எந்த இனத்தைச் சேர்ந்த ஆண் உறுப்பினரால் அல்லாமல் சகோதரர்கள் ஒரு பெண்ணால் கொல்லப்பட்டது.

# போர்க்களத்தின் பெண்

இரண்டு அசுர சகோதரர்கள் ரம்பனும் கரம்பனும் சிறப்புச் சக்திகளைப் பெற விரும்பினர். அவர்கள் இந்தச் சக்திகளைப் பெற, தீயின் கடவுளான அக்னியையும் நீரின் கடவுளான வருணனையும் ஆழ்ந்த தியானம் மற்றும் வழிபாடுகள் வழியாய், பெறத் துவங்கினர். ரம்பன் கொழுந்துவிட்டு எரியும் தீயில் குடியேறி அக்னியை வேண்டிக் கொண்டான். அதே நேரத்தில் கரம்பன் ஒரு ஆற்றின் உள்ளே நின்று வருணனை வேண்டிக்கொண்டான்.

தேவர்களின் அரசரான இந்திரன் அவர்களின் தவத்தை அறிந்ததும், கவலை அடைந்தார். கடவுள்களுக்கு எதிராகப் பயன்படுத்தக்கூடிய வரங்களைப் பெறுவதிலிருந்து சகோதரர்களை நிறுத்த அவர் தீவிரமாய் விரும்பினார்.

நீண்ட யோசனைக்குப் பிறகு, இந்திரன் முதலை போன்று மாறுவேடமிட்டார். கரம்பன் தியானம் செய்து கொண்டு நின்றிருந்த தண்ணீருக்குள் நுழைந்து, விரைவாய் அவனைத் தாக்கி, அந்த இடத்திலேயே கொன்றார். பின்னர் அவர் ரம்பனைத் தாக்கி நீரில் மூழ்கடிக்க முயன்றார். ஆனால் அக்னியின் அருளால் அசுரன் தப்பித்தான்.

ஆண்டுகள் கடந்து ரம்பன் அசுரர்களின் அரசனாய் முடிசூட்டப்பட்டான். விரைவில், அவனுக்கு ஒரு ஆண் குழந்தையும் பிறந்தது. மகிசாசுரன் என்று பெயரிட்டான். அதாவது 'எருமைத் தலையுடைய அசுரன்' என்ற குழந்தையின் பெயர், அந்தச் சிறுவன் எருமையின் பலம் கொண்ட ஒரு அசுரன் என்பதைக் குறித்தது.

மகிசாசுரன் வளர்ந்ததும், அவன் சித்தப்பாவின் மரணத்தின் பின்னணியில் உள்ள கதை பற்றி அறிந்தான். அவனுக்கு இந்திரன் மீது கோபம் ஏற்பட்டது. தேவர்களின் அரசனை எதிர்த்துப் போரிட சரியான நேரத்திற்காய், ஆவலுடன் காத்திருந்தான்.

காத்திருக்கும் போது, பிரம்மாவிடம் அழியாமையின் வரம் வேண்டினான். பிரம்மா அப்படி ஒரு வாக்குறுதியைக் கொடுக்க முடியாது என்று கூறி அதற்கு மாறாய் அவனுக்கு வேறொரு வரம் அளித்தார்.

'மகிசாசுரன், உன் மரணம் ஒரு பெண்ணின் கையால் மட்டுமே நிகழும்,' என்ற வரத்தை அளித்தார்.

மகிசாசுரன் திருப்தியடைந்தான். ஆணவத்துடன், 'என் வலிமையுள்ள ஒரு மனிதனை வெல்லும் பெண் இருக்கவே இயலாது,' என்று அவன் நினைத்தான்.

சரியான நேரம் வந்ததும், மகிசாசுரன் இந்திரனை எதிர்த்துப் போர் புரிந்தான். விண்ணகப் படை அவர்களைத் தோற்கடிக்கத் தவறியது. அனைத்துக் கடவுள்களும் தங்கள் இருப்பிடத்திலிருந்து வெளியேற்றப்பட்டனர். இதனால் கடவுளர்கள் ஒன்று கூடி நடவடிக்கை எடுக்க வேண்டிய கட்டாயம் ஏற்பட்டது. அவர்கள் மகிசாசுரனின் வாழ்க்கையை முடிவுக்குக் கொண்டு வர முடிவு செய்தனர். இருப்பினும், பயங்கரமான அசுரனை, பிரம்மாவின் வரத்தால் எந்த மனிதனாலும் தோற்கடிக்க விடாமல் தடுத்தது.

எனவே, தேவர்கள் ஒரு திட்டத்தை வகுத்தனர். மும்மூர்த்திகளின் ஆசியுடன், அவர்களின் சக்திகளின் கலவையைக் கொண்டு அசுரனின் எதிரியை அவர்கள் உருவாக்கினர் - பல கைகளுடனும் அழகான நீண்ட கருப்பு சிகையுடனும் பார்வதி தேவியின் தெய்வீக வடிவம்.

பார்வதியின் இந்த அவதாரத்திற்குத் தேவர்கள் சிவப்பு நிறப் புடவையும், தங்க நகைகளும் அற்புதமான கிரீடத்தையும் பரிசாய் அளித்தனர். 'நீங்கள் போர்க்களத்தின் கடவுளான துர்காவாய் அறியப்படுவீர்கள்,' என்று பிரம்மா கூறினார். கூடுதலாய், அவர்கள் அவருக்கு முதன்மையான வாகனமாய் ஒரு புலியைக் கொடுத்தனர். மேலும் அவரின் குணாதிசயத்திற்கு ஏற்றார் போல் ஒவ்வொரு ஆயுதங்களையும் கொடுத்தனர்: சிவனிடமிருந்து திரிசூலம்; விஷ்ணுவிடமிருந்து சுதர்சன சக்கரம், அல்லது எறிதட்டு; பிரம்மாவிடம் இருந்து கமண்டலம் அல்லது சிறிய தண்ணீர் பானை; காற்றுக் கடவுளான வாயுவிடமிருந்து வில்; சூரியக் கடவுளிடமிருந்து அம்புகள்; இந்திரனிடமிருந்து இடி; அக்னியிடமிருந்து ஈட்டி; மேலும் வருணனிடமிருந்து சங்கு.

துர்கா ஆயத்தமானதும், தேவர்கள் அனைவரின் சார்பாகவும், பிரம்மா அவரிடம், 'ஓ தேவி, வலிமையான கட்டுப்படுத்த முடியாத மகிசாசுரனை எங்களில் யாராலும் கொல்ல முடியாது. உனக்கு அவனைக் கொல்ல இந்த ஆயுதங்கள் அனைத்தும் தேவைப்படும். எங்களுக்கு உதவுமாறு கேட்டுக்கொள்கிறோம்,' என்று வேண்டினார்.

ஏறக்குறைய அந்த அனைத்து வார்த்தைகளுக்காய் அவர் காத்திருந்ததைப் போல, துர்கா வெளியே சென்று மகிசாசுரனுடன்

கடுமையாய்ப் போரிட்டார். சாமுண்டி மலை என்று அழைக்கப்படும் மலையின் உச்சியிலிருந்து, அவர் அவனைக் கொன்றார்.

பழங்காலத்தில் மகிசாசுரன் ஆண்ட பகுதி மகிசமண்டலம் என அறியப்பட்டது. இது இப்போது கர்நாடகாவில் உள்ள மைசூர் நகரம் என்று அறியப்படுகிறது. பார்வதி மகிசாசுரமர்தினி அல்லது சாமுண்டி என்று அழைக்கப்படுகிறார். மைசூரில், மலையின் உச்சியில் இந்த பார்வதியின் அச்சமற்ற அவதாரத்திற்கென ஒரு கோவில் உள்ளது.

பார்வதியைப் பற்றிய இக்கதை, சமய உரைகளில் தேவி மகாத்மியா அல்லது 'தேவியின் மகிமை' என்று விவரிக்கப்பட்டுள்ளது. இது புராணக்கதை. அரச குடும்பத்தினரால் துர்காவிற்கு வழிபாடு செய்யப்பட்டது. போரின் துவக்கம் முன்பு அவர்களுடைய வழிபாட்டின் ஒருங்கிணைந்த அங்கமாய் மாறியது. இன்றும் நவராத்திரியின் ஒன்பது நாட்களில், வைஷ்ணவி, காளி மற்றும் துர்கா போன்ற அனைத்து விதமான வடிவங்களில் பார்வதி வழிபடப்படுகிறார்.

# வேண்டுதல் மரத்திலிருந்து மகள்
## (கற்பகத்தருவிலிருந்து மகள்)

பார்வதி, சிவனின் மனைவி. விநாயகரின் கார்த்திகேயனின் தாயார். சில சமயங்களில் தனிமையாய் உணர்ந்தார். சிவன் தொடர்ந்து தியானத்தில் இருந்தார். அவரது மகன்கள் பொதுவாய் வீட்டிற்கு வெளியே அவரவர் நடவடிக்கைகளைச் செய்த வண்ணம் இருந்தனர். சிறுவர்கள் ஒருபோதும் உண்மையாய்ப் பார்வதியின் உணர்வுகளைப் புரிந்து கொள்ளவில்லை. அவரைப் புரிந்துகொண்டு தன் உணர்வுகளைப் பகிர்ந்து கொள்ள ஒரு மகளுக்காய் ஏங்கினார்.

ஒரு நாள், மற்றொரு தனிமைச் சிறைக்குப் பிறகு, அவர் சிவனிடம் 'எனக்குப் பயங்கர சலிப்பாய் உள்ளது. என்னை உலகில் மிக அழகான தோட்டத்திற்கு அழைத்துச் செல்லுங்கள்,' என்று கேட்டார்.

சிவன் புன்னகையுடன், வானகத்தில் உள்ள இந்திரனின் நாட்டின் தலைநகரான அமராவதியில் உள்ள நந்தனத் தோட்டத்தை அவருக்குக் காட்டினார்.

அங்கே பார்வதி பல அழகிய மரங்களைக் கண்டார். ஆனால் பாற்கடலைக் கடைந்த போது, தோன்றிய வேண்டுதலுக்கான மரமான கற்பகத்தரு, அவரை முழுமையாய் மயக்கியது. திடீரென்று அவருக்கு, தன் துக்கத்தையும் தனிமையையும் போக்கும் ஒரு மகளைப் பெறும் ஆசை வந்தது. அவரது ஆசையைக் கற்பகத்தரு உடனே நிறைவேற்றியது. அவர் ஒரு அழகான பெண் குழந்தையைக் கண்டார். அன்பாய், பார்வதி அவளுக்கு அசோகசுந்தரி என்று பெயரிட்டார் - 'தனிமையைக் குறைக்கும் அழகான பெண்'.

அசோகசுந்தரி தன் பெற்றோரிடம் பற்றுக்கொண்ட ஒரு இளம் பெண்ணாய் வளர்ந்தாள். பார்வதி அவளை மிகவும் விரும்பினார். அவளுடன் கழித்த உற்சாகமான நேரத்தினால் மிகவும் மகிழ்ச்சி அடைந்தார்.

அவளுக்குத் திருமண வயது வந்தபோது, இந்திரனின் உயரம் கொண்ட புவிக்குரிய அரசன் மட்டுமே அசோகசுந்தரிக்குப் பொருத்தமானவனாய் இருப்பான் என்று பார்வதி கருதினார். பிறகு மிகவும் யோசித்து, சந்திர வம்சத்தில் தோன்றிய இளவரசன் நகுசா பொருத்தமானவனாய் இருப்பான் என்ற முடிவுக்கு வந்தார். அவர் தன்னுடைய மகளுடன் இந்தக் கருத்தினைப் பகிர்ந்து கொண்டார். மகள் அவரது யோசனையை ஏற்றுக் கொண்டாள்.

ஒரு நாள் அசோகசுந்தரி அருகிலுள்ள காட்டில் தோழிகளுடன் மகிழ்ச்சியுடன் இருந்தாள். பெண்கள் குழு சிரித்துக் கொண்டும் சத்தமாய்ப் பேசிக் கொண்டும் இருந்தனர். இது கண்டா என்ற பெயர் கொண்ட அசுரனின் கவனத்தை ஈர்த்தது. அசோகசுந்தரியைக் கண்டதும் உடனே அவளிடம் காதல் வயப்பட்டான். அவன் அவளை நெருங்கி, 'ஓ அன்பான பெண்ணே, நான் கண்டா, ஒரு திறமையான அசுரன், உன்னிடம் என் இதயத்தை முற்றிலும் இழந்துவிட்டேன். நீ என்னைத் திருமணம் செய்துகொள்வாயா?' என்று கேட்டான்.

'மன்னிக்கவும், ஆனால் நான் நகுசாவை ஒரு நாள் திருமணம் செய்து கொள்ளப் போகிறேன்,' என்றாள் அசோகசுந்தரி உண்மையாய்.

கண்டா ஆத்திரமடைந்தான். ஆனால் அவனது உண்மையான உணர்வுகளை வெளிப்படுத்தவில்லை. மாறாய், அவன் ஒரு திட்டத்தை வகுத்தான்.

சிறிது நேரம் கழித்து, யாருடைய கணவனை அவன் முன்பு கொன்றானோ, அவனுடைய விதவை போல் மாறுவேடமிட்டு, அசோகசுந்தரியை அணுகினான். 'கண்டா ஒரு தீங்கிழைக்கும் அசுரன். இந்தப் பகுதிக்கு அடிக்கடி வருகிறான்,' என்றாள் விதவை. 'அவனது கொடுமையால் ஆதரவற்ற நிலையில் நான் இருக்கிறேன். இளம் கன்னியே, நீங்கள் இங்கே தங்குவது பாதுகாப்பானது இல்லை. நீங்கள் ஏன் என்னுடன் என்னுடைய ஆசிரமத்திற்கு வரக்கூடாது? நான் ஏழை, என்னிடம் ஒரு சிறிய இடம் மட்டுமே உள்ளது, ஆனால் தயவுசெய்து வந்து என் விருந்தோம்பலை ஏற்றுக்கொள்ளுங்கள்,' என்றாள்.

அசோகசுந்தரி ஒப்புக்கொண்டாள். சிறிது நேரம் கழித்துத் தான் திரும்புவதாய் தனது தோழிகளிடம் கூறினாள். ஆசிரமத்திற்கு, அவள் விதவையை, பின்தொடர்ந்தாள். இரண்டு பெண்களும் உள்ளே வாயிலில் நுழைந்த தருணம், கண்டா விதவையின் வடிவத்தை உதறிவிட்டு, உண்மை உருவிற்குத் திரும்பினான்.

தான் ஏமாற்றப்பட்டதை உணர்ந்த அசோகசுந்தரி, 'ஓ கண்டா, நான் யார் என்று உனக்குத் தெரியாது. நான் பார்வதி தேவியின் மகள். நான் உன்னை நகுசனால் கொல்லப்படும்படி சபிக்கிறேன்,' என்று அவனைச் சபித்தாள்.

அசோகசுந்தரி திறந்த வாயில் வழியாய் ஆசிரமத்திலிருந்து தப்பி ஓடினாள். கைலாச மலையில் இருக்கும் தனது பெற்றோரின் வீட்டிற்குச் சென்றாள்.

சாபத்திற்குப் பயந்து, கண்டா உடனடி நடவடிக்கை எடுக்க முடிவு செய்தான். சந்தேகத்திற்கு இடமில்லாத இளம் நகுசாவை அவனது அரண்மனையிலிருந்து கடத்தி, சிறை வைத்தான்.

ஆனால் விதி விதித்தபடி, ஒரு பணிப்பெண் நகுசாவிற்குப் பரிதாபப்பட்டு, வசிட்டரும் அருந்ததியும் ஆகிய பிரபல முனி தம்பதிகளிடம் அவனை மறைத்து வைத்து, பாதுகாப்பும் கொடுப்பார்கள் என்று, ஒப்படைத்தாள். அவனது கைதி தப்பித்து விட்டான் என்று கண்டா கண்டுபிடித்ததும், அவன் கோபமடைந்து எல்லா இடங்களிலும் தேடினான். நகுசாவை அவனால் கண்டுபிடிக்க முடியவில்லை.

முனி தம்பதிகள் இளவரசரை மிகவும் நன்கு கவனித்துக் கொண்டனர். அவருக்குக் கல்வி கற்பிக்க முடிவு செய்தனர். சில வருடங்களில் இளவரசன் ஒரு நல்ல இளைஞனாய் வளர்ந்தான். கண்டாவைக் கொல்லும் வாய்ப்புக்காய், காத்திருந்தான்.

இதற்கிடையில், கண்டா மற்றொரு திட்டத்தை வகுத்தான். தனிமையிலிருந்தபோது மீண்டும் அசோகசுந்தரியைக் கடத்தினான். அவளை ஒரு வெற்று அறையின் உள்ளே வீசினான். சாவித் துவாரத்தில் பூட்டைத் திருப்பும்போது, அவன் அவளிடம், 'நான் இளவரசர் நகுசனைக் கொன்று விட்டேன்,' என்று கூறினான். அசோகசுந்தரி திகைத்தாள்.

இளம் கன்னி துக்கத்தில் மூழ்கினாள். அவள் நகுசாவைத் திருமணம் செய்து கொள்வாள் என்ற தாயின் நம்பிக்கை எப்படித் தவறாகும் என்று யோசித்தாள். அவள் அடக்க முடியாமல் அழத் துவங்கினாள்.

ஒரு கிந்தாரா இணை - பாதி மனிதனாயும் பாதி குதிரை கொண்ட உருவாயும் – அசோகசுந்தரியின் ஜன்னல் வழியே செல்ல, அவளது அழுகைச் சத்தத்தைக் கேட்டனர். அவை நின்று, 'ஓ இளம்பெண்ணே, ஏன் இவ்வளவு கவலையுடன் அழுகிறாய்?' என்று கேட்டனர்.

'வல்லமையுள்ள நகுசா இறந்துவிட்டான்,' என்றாள்.

அவர்கள் சிரித்தனர். அந்த எண்ணத்தை நினைத்து, வியந்தனர். 'தயவுசெய்து அத்தகைய வதந்திகளை ஏற்காதீர்கள், இளம் பெண்ணே! நகுசா உயிருடன் நலமுடன் இருக்கிறார். அவர் ஒரு இயல்பான மனிதர் அல்ல. ஏனென்றால் பெரும் முனி தம்பதிகள் வசிட்டரும் அருந்ததியும் அவருக்குக் கற்பித்துள்ளனர். நாங்கள் முக வாசிப்பு கலை ஆசி பெற்றவர்கள். நீங்கள் இருவரும் திருமணம் செய்து கொள்வீர்கள் என்று நாங்கள் உறுதியாய்க் கூறுகின்றோம். உங்கள் பிள்ளைகள் இந்நிலம் முழுவதும் புகழ் பெறுவார்கள்,' என்ற ஆறுதல் வார்த்தைகள் கூறினர்.

அசோகசுந்தரி நன்றியுடன் சிரித்தாள். அவள் இதயம் மீண்டும் நம்பிக்கையுடன் நிறைந்தது.

சில நாட்களுக்குப் பிறகு, அசோகசுந்தரியைத் தேடி நகுசா வந்தான். அவளது விடுதலைக்காய், கண்டாவுடன் போராடினான். நீண்ட போராட்டத்திற்குப் பிறகு, நகுசா அசுரனைக் கொன்று, அவனது குடிமக்கள் மகிழ்ச்சி கொள்ளும் படி அசோகசுந்தரியை மணந்தான்.

காலப்போக்கில், அவன் கடவுளர்களைக் கூட எளிதில் தோற்கடிக்கும் அளவிற்கு, ஒரு சக்திவாய்ந்த பேரரசராய் மாறினான். அவன் குறுகிய காலத்தில், இந்திரனைக் கூட அரியணையிலிருந்து இறக்கினான்.

அசோகசுந்தரியின் இந்தக் கதை புகழ் பெற்றதல்ல. ஆனால் இது பார்வதிக்கும் ஒரு மகள் வேண்டும் என்ற ஏக்கத்தையும் உண்மையில் மகளைப் பெறுவது அரியதும் விலைமதிப்பற்றதும் என்ற ஆழ்ந்த நம்பிக்கையையும் அறிவையும் காட்டுகிறது - மக்கள் தொடர்ந்து இன்றும் வரையிலும் உணர்ந்து கொண்டிருக்கும் கண்டுபிடிப்பு ஆகும்.

யத்ர நார்யஸ்து பூஜ்யந்தே
ராமந்தே தத்ர தேவதா

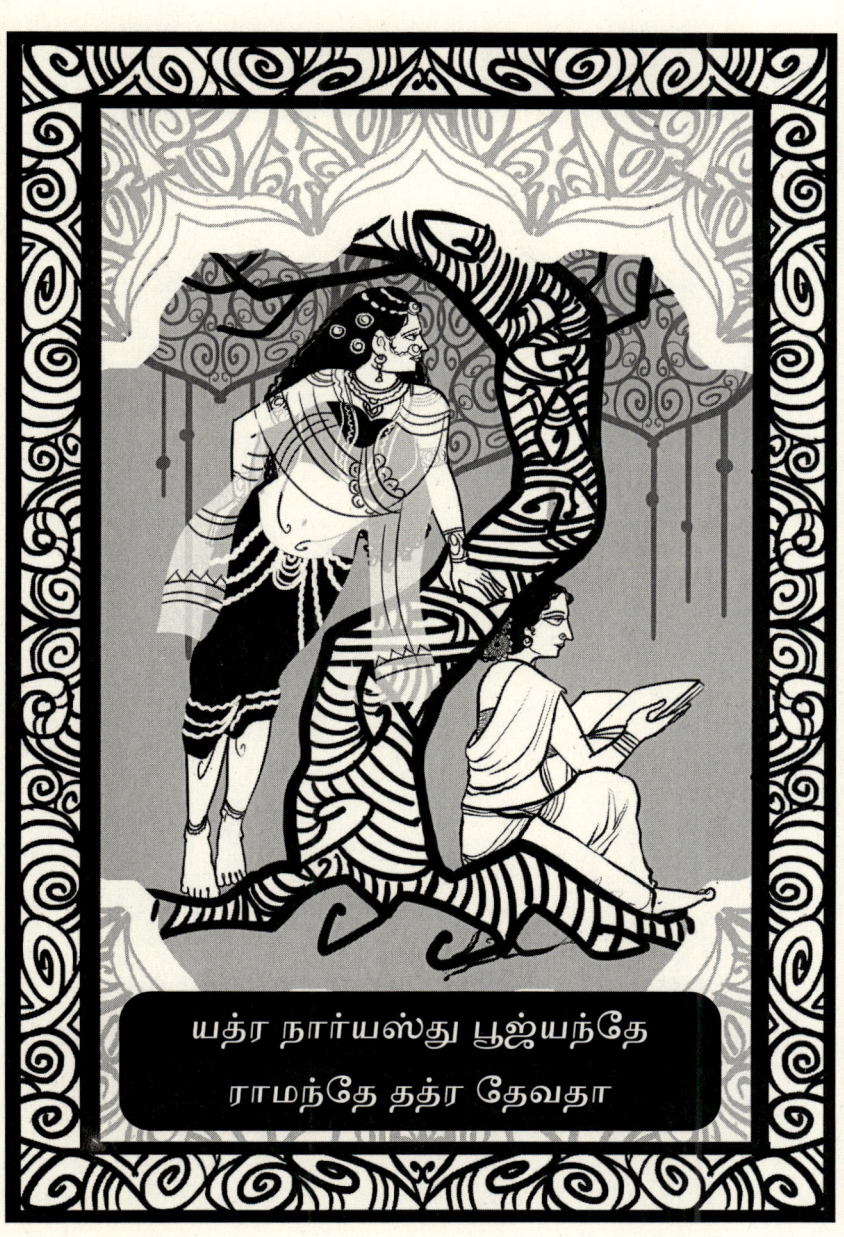

# நதியின் கன்னி

பெண்ணாய்க் கருதப்படும் கங்கை நதி நம் நாட்டில் உள்ள மிகவும் புனிதமான மற்றும் முக்கியமான நதிகளில் ஒன்று. இது உத்தரகண்ட் மாநிலத்தில் உள்ள கங்கோத்ரி குகைகளில் உருவாகி, பல துணை நதிகளைக் கொண்டும், இமயமலையிலிருந்து கீழே பாய்ந்தும் பெருமை கொள்கிறது.

கங்கையைச் சுற்றியுள்ள ஒரு புராணக் கதை, விஷ்ணு வாமனன் என்ற குள்ளனின் அவதாரத்தை எடுத்து, பாலி சக்கரவர்த்தியிடம் மூன்றடி நிலம் கேட்டு, அவர் தனது காலடி ஒன்றின் அளவிற்குச் சமமான பகுதியை எடுத்துக் கொண்டதாய்க் கூறுகிறது. எளிய கோரிக்கையாய்த் தோன்றியதற்கு, பாலி ஒப்புக்கொண்ட பிறகு, த்ரிவிக்ரமா என்று அழைக்கப்படும் மாபெரும் உருவமாய், வாமனன் விரிவடைந்தார். ஒரு காலால், அவர் புவியில் உள்ள அனைத்து நிலங்களையும் ஆக்கிரமித்தார். இரண்டாவது அடி வானத்தை ஆக்கிரமித்தது. மூன்றாவது அடி பாலியைக் கீழே தள்ளியது. எப்பொழுது இரண்டாவது அடி வானத்தை ஆக்கிரமித்ததோ, அப்பாதம் விஷ்ணுவின் பாதமாய் இருக்க வேண்டும் என்று பிரம்மா அடையாளம் கண்டுகொண்டார். இறைவனுக்குப் பூசை செய்யும் வாய்ப்பு கிடைக்கும் என்பதில் சிலிர்ப்பாய் மாறியது.

எனவே, அவர் தனது சிறிய கமண்டலத்திலிருந்து தண்ணீர் கொஞ்சம் எடுத்து, விஷ்ணுவின் பாதத்தைக் கழுவினார். அவர் அவ்வாறு செய்தவுடன், புவியில் உள்ள நீர் வானகத்தில் ஆறு போல் ஓடத் தொடங்கியது. கங்கை உருவாக்கப்பட்டது. இதனால்தான் இந்த நதி மிகவும் புனிதமாய் கருதப்படுகிறது. தேவகங்கை என்றும் அழைக்கப்படுகிறது.

நதியைப் பற்றிய மற்றொரு கதை குறுகிய மனப்பான்மையைக் கொண்ட துர்வாச முனிவரைப் பற்றியது. முனிவர் ஒருமுறை வானகத்தில் கங்கையில் குளித்துக் கொண்டிருந்தார். திடீரென்று ஒரு வலுவான காற்று அவர் அணிந்திருந்த துணியை அடித்துச் சென்றது. இதைப் பார்த்த கங்கா சிரித்தார். துர்வாசர் ஆத்திரமடைந்து, 'நீ ஒரு வான மண்டலத்தில் வசிக்கும் நதி, ஆனால் உன் முதிர்ச்சியின்மை உன் நடத்தையைக் காட்டுகிறது — புவியில் இருக்கும் மனிதர்களைப் போலவே. இனிமேல் நீ புவியில் வசிப்பாய்,' என்று சபித்தார்.

கங்கை தன் சிறு பாவத்தை உணர்ந்து துர்வாசனிடம் மன்னிப்பு கேட்டார். அதற்குள் அமைதியடைந்த அவர், 'என்னால் சாபத்தை மாற்ற முடியாது - நீ புவியில் பாய்வாய் - ஆனால் நான் உனக்கு ஒரு சிறப்புச் சக்தியைத் தருகிறேன். உனது தூய நீரில் நீராடுபவர், தாங்கள் செய்த பாவங்களை உடனடியாய் நீக்கிக் கொள்ளலாம்.'

> அதனால்தான் மக்கள் இன்றும் அரித்வார், பிரயாக், ரிஷிகேஷ் மற்றும் காசி போன்ற இடங்களில் தங்கள் பாவங்களை நீக்கிக் கொள்ள, கங்கைக்குச் செல்கிறார்கள்.

ஒரு காலத்தில் பகீரதன் என்ற அரசன் வாழ்ந்தான். அவன் வானத்திலிருந்து புவிக்கு, கங்கையைக் கொண்டு வர விரும்பினான். இவ்வரசனின் முன்னோர்கள் சாம்பலாக்கப்பட்டிருந்தனர். அவர்கள் விமோசனம் பெற ஒரே வழி, அவர்களின் சாம்பல் மீது கங்கை நதி ஓட வேண்டும். கங்கை புவியில் பாய அனுமதிக்க, பல வழிபாடுகளும் கடவுளர்களை நோக்கி தவமும் செய்த பிறகு, கங்கை புவியில் பாய்ந்த வேகம், இப்புவியையே எளிதில் மூழ்கடித்துவிடும் அளவிற்கு இருந்தது. எனவே, சிவன் அவரது ஓட்டத்தின் ஒரு பகுதியை மட்டுமே புவிக்கு அனுப்ப முடிவு செய்தார். அவரைத் தனது சடா என்னும் முடி கொண்டையில் பிடித்து நிறுத்தி, கங்காதாரா என்று பெயரைப் பெற்றார். ஆனாலும், அவரது சக்தி மிகவும் பலமாய் இருந்ததால், அவர் புவியை அடைந்ததும், நீர் பெருக்கெடுத்து ஓடிய ஜானு முனிவரின் ஆசிரமத்தை வெள்ளத்தில் மூழ்கடித்தது. ஜானு அழிவைக் கண்டு மிகவும் கோபமடைந்தார். அவர் நதியைக் குடித்தார். அப்போது

கங்காவால் மேலும் தொடர முடியவில்லை. ஆற்றின் ஓட்டம் நின்றுவிட்டதைக் கண்டு, பகீரதன் மீண்டும் வேண்டிக் கொண்டான். விரைவில் நதி ஜானுவின் காதுகள் வழியாய் வெளிப்பட்டு, ஜான்வி என்ற பெயரைப் பெற்றார்.

கங்கையைப் பற்றிய ஒரு கதை நந்தினியைப் பற்றியும் பேசுகிறது. இது வேண்டுதல்க்குரிய பசுவும் புனிதமான காமதேனுவின் மகளும் ஆகும். பெரும் முனி வசிட்டரின் ஆசிரமத்திற்கு அவரது தொழுகைகளை நிறைவேற்றவும் அவரது விருந்தினர்களைக் கவனித்துக் கொள்ளவும் அவருக்கு உதவ வழங்கப்பட்டது. ஒரு நாள், எட்டு வசுக்கள் அல்லது சிறு கடவுளர்கள், வசிட்டரின் ஆசிரமத்தில் நந்தினியின் விருந்தோம்பலை அனுபவித்து, திரும்பி வந்து அவளைப் பற்றி அவர்களின் மனைவிகளிடம் கூறினார்கள். உடனடியாய்ப் புனிதப் பசுவைத் தாங்கள் வைத்துக் கொள்ள விரும்பினர். தங்கள் கணவர்கள் நந்தினியைப் பிடித்து, தங்களிடம் கொண்டு வரவேண்டும் என்று வலியுறுத்தினர். எட்டு வசுக்களில், ஒருவர் பிரபாசா. அவர்களுக்கு முன்னிலை வகித்தார். அவர் பசுவைத் திருடி, மற்ற பசுக்களை ஆசிரமத்திற்கு வெளியே வர வைத்தார். இத்தகைய திருட்டைப் பற்றித் தெரிந்து கொண்டதும், வசிட்டருக்கு மிகுந்த கோபம் ஏற்பட்டு, எட்டு வசுக்களையும் சபித்தார். ‘நீ உன் செயல்களுக்கு, அனைவரும் தண்டனையாய், புவியில் மனிதர்களாய் பிறப்பீர்கள்!’ என்று இடியாய் முழக்கினார்.

வசுக்கள் வசிட்டரைச் சாபத்தின் வீரியத்தைக் குறைக்கும் வரை மன்னிப்பு கேட்டு கெஞ்சினர். அவர் அவர்களை மன்னித்து, ‘நீங்கள் அனைவரும் புனித நதியான கங்கையிலிருந்து பிறப்பீர்கள். பிறந்த உடனேயே அவளில் மூழ்கி விடுவீர்கள். அப்போது உங்கள் பாவங்கள் நீங்கும். ஆனால் நந்தினியைத் திருடிய பிரபாசா, கூடுதல் காலம் புவியில் இருக்க வேண்டி இருக்கும்,’ சாபத்திலிருந்து விடுபடும் வழியைக் கூறினார்.

இதனாலேயே கங்கை, சாந்தனு என்ற அரசனை மனித உருவில் மணந்தார். அத்தினாபுரியின் அரசியானார். தனது முதல் ஏழு குழந்தைகளைத் தண்ணீரில் மூழ்கடித்து, அவர்களது மனித உருவத்திலிருந்தும், மனிதர்களாகிய அவர்களின் வாழ்க்கையிலிருந்தும்

விடுவித்தார். இருப்பினும், கடைசியாய், பீஷ்மராய், மகாபாரதத்தில் மாண்பிற்குரிய போர்வீரனாய் நீண்ட காலம் புவியில் தங்கினார் பிரபாசா.

சாந்தனுவின் கதை, பழங்காலத்திற்குச் செல்கிறது. அதில் காட்டில் ஒரு தவளை வாழ்ந்த காலம். இந்தத் தவளை நதியைப் பற்றியும் அவளுடைய நீரில் குளிக்க மக்கள் எப்படி அவளை நோக்கிச் செல்ல ஏங்குவதைப் பற்றியும் கேள்விப்பட்டது. எனவே, தவளையும் நதிக்குச் செல்ல முடிவு செய்தது.

துரதிர்ஷ்டவசமாய், அது தனது பயணத்தின் போது நெரிசலில் சிக்கியது. ஒரு மனிதனின் காலடியில் நசுக்கப்பட்டது.

அடுத்த பிறவியில், தவளை ஒரு மனிதனின் வடிவத்தை எடுத்தது. தேவர்களின் அரசனான இந்திரனால் பணியமர்த்தப்பட்டது. சிறந்த வேலையைப் பாராட்டி, இந்திரன் அந்த மனிதருக்கு ஒரு வண்டி நிறைய தங்கத்தைக் கொடுத்தார்.

இப்போது பயணத்திற்குப் போதுமான பணம் இருந்ததால், மனிதன் மீண்டும் கங்கை நதிக்கு, தனது பயணத்தைத் தொடங்கினான். ஆனால், வழியிலேயே அவனது காளை மாடுகள் இறந்து போனதால், மேலும் எப்படித் தொடர்வது என்று மயங்கினான். 'கடவுளே, நீங்கள் இப்போது எனக்கு உதவி செய்தால், நான் பாதியை உங்களுக்குத் தருகிறேன்,' என்று அவன் சூரியனை வேண்டி கேட்டுக் கொண்டான்.

சூரியன் அவருக்கு உதவினார். மேலும் அந்த நபர் தனது கங்கைக்கு செல்லும் வேலையைச் செய்தார். அவர் அங்குச் சென்றவுடன், அதில் நீராடி, தன்னிடமிருந்த அங்கம் அனைத்தையும் நதி நீரில் அமிழ்த்தி, தானமாய் அளித்தார்.

சிறிது நேரம் கழித்து, சூரியன் அவரிடம் தனது பங்கைக் கேட்டபோது, அந்த மனிதனால் செலுத்த முடியவில்லை. இப்போது கோபமடைந்த சூரியன், தண்டனையாய் அந்த மனிதனை ஒரு குள்ளநரியாய் மாற்றினார். எங்கும் செல்ல இடமில்லாமல், குள்ளநரி ஆற்றின் அருகே வாழ்ந்து, ஒவ்வொரு நாளும் நதி நீரில் குளித்து வந்தது.

ஒரு நாள் ஒரு அழகான கன்னிப் பெண்ணின் வடிவில் கங்கை காட்சி தரும் வரை, காலம் கடந்தது. கங்கையின் அழகில் கவரப்பட்டு, குள்ளநரி

அவளைப் பின்தொடர்ந்தது. விலங்குக்குப் பயந்த கங்கை, குள்ளநரி மீது கல்லை எறிந்தாள். அது குள்ள நரியைத் தாக்கி ஒரு கண்ணைக் குருடாக்கியது. ஆனாலும், குள்ளநரி அவளைப் பின்தொடர்ந்தது. அவள் அருகிலிருந்த ஒரு முனிவரிடம் ஓடி, வேட்டையாடும் குள்ளநரி பற்றி அவரிடம் கூறி, அவர் பின்னால் ஒளிந்து கொண்டாள். வருத்தமடைந்த முனிவர், அவருடைய சீடர்கள் அந்த விலங்கைக் கொன்று, எரித்து, அதன் சாம்பலைக் கரைக்கும் படி பார்த்துக் கொண்டார்.

சில ஆண்டுகளுக்குப் பிறகு, அதே சாம்பல், சால் மர விதைகளை ஆற்றின் கரைக்குக் கொண்டு சென்றது. காலப்போக்கில், அது பெரிய மரமாய் அங்கு வளர்ந்தது. முனிவர், குள்ளநரியின் சாம்பல் மரத்தின் ஒரு பகுதிக்குப் பொறுப்பாய் விளங்கியது என்று தனது யோக சக்தியால் உணர்ந்தார். உடனே தன் சீடர்களுக்கு மரத்தை வெட்டி கீழே சாய்க்கச் சொன்னார். எனவே, காய்ந்த தண்டு மட்டும் எஞ்சியிருக்கும் வரை, அவர்கள் மரத்தை வெட்டி வீழ்த்தினர். பின்னர் முனிவர் தனது மாணவர்களுக்கு மரத் தண்டை எரிக்க உத்தரவிட்டார். நெருப்பிலிருந்து வெளியே வந்த அழகான இளம் இளவரசனை, முனிவர் சந்தனு என்று பெயரிட்டார். முனிவர், 'இளைஞனே, பல ஆண்டுகளாய் நீ கங்கையை வெவ்வேறு வடிவங்களில் சந்தித்துத் துணையாய் இருக்க முயன்றுள்ளாய். நான் உன்னை முழு மனதுடன் வாழ்த்துகிறேன் - நீ அவளை மணந்து கொள்வாய், அது குறுகிய காலத்திற்கு இருந்தாலும்,' என்று சாந்தனுவிடம் கூறினார்.

வெகு காலத்திற்குப் பிறகு, சாந்தனு மீண்டும் மனித வடிவ கங்கையைச் சந்தித்தார். அவளுடைய அழகில் மயங்கினார். அவள் அவர் ஒருபோதும் அவளுடைய செயல்களைக் கேள்விக்குட்படுத்தக் கூடாது என்ற நிபந்தனையுடன் அவரைத் திருமணம் செய்து கொள்ள ஒப்புக்கொண்டாள். அவளை ஆழமாய் காதலித்ததால், சாந்தனு இந்த நிபந்தனையை ஏற்றுக்கொண்டார். காலப்போக்கில், அவள் ஏழு குழந்தைகளைப் பெற்றெடுத்தாள். அவர்கள் பிறந்த பிறகு அவள் அனைவரையும் தண்ணீரில் மூழ்கடித்தாள்.

எட்டாவது குழந்தை பிறந்ததும் சாந்தனு புதிதாகப் பிறந்தவரின் தலைவிதிக்கு அஞ்சி அவளிடம் விசாரித்தார். இந்தக் கேள்வி கங்கா சாந்தனுவைத் திருமணம் செய்ய ஒப்புக்கொண்ட நிபந்தனையை உடைந்தது. அவள் அவரைக் கைவிட்டாள், ஆனால் எட்டாவது குழந்தையை அவருடன் விட்டுவிட்டாள் - இக்குழந்தை வேறு யாருமல்ல, புகழ்பெற்ற பீஷ்மரே.

அப்படித்தான் வசிட்டரின் தீர்க்கதரிசனம் நிறைவேறியது.

பொதுவாய், கங்கை கோயில்களில் ஒரு பெண் ஒரு முதலையின் மேல் நின்று, இரண்டு தண்ணீர் பானைகளைப் பிடித்துக் கொண்டிருக்கும் கல் சிலை வழியாய், குறிப்பிடப்படுகிறாள். அவள் பிரம்மாவின் கமண்டலிலிருந்து பிறந்ததால், விஷ்ணுவின் பாதங்களைக் கழுவியதால், சிவனின் முடியிலிருந்து வெளிப்பட்டதால் அவள் மும்மூர்த்திகளுடன் மிக நெருங்கிய தொடர்புடையவள்.

மற்ற ஆறுகள் கங்கையைச் சந்திக்கும் இடம், பிரயாக் என்று அழைக்கப்படுகிறது. எடுத்துக்காட்டாய், நீங்கள் உத்தரகாண்டில் ருத்ரபிரயாக், கர்ணபிரயாக் மற்றும் தேவபிரயாக்கைக் காணலாம். கங்காவும் அலகாபாத்தில் யமுனை நதியுடன் கலக்கிறது. இந்தச் சங்கமிக்கும் இடம் பிரயாக் ராஜ் என்று அழைக்கப்படுகிறது.

# சரியான பழிவாங்கல்

சக்தி வாய்ந்த இலங்கை அரசன் இராவணனின் சகோதரி சூர்ப்பனகை, மிகவும் அழகானவள்.

அவள் வயதுக்கு வந்ததும், அசுரர்களின் வேறு குலத்தின் இளவரசனான வித்யுச்சிவாவைக் காதலித்தாள். இந்த இருவரின் திருமணத்தைச் சகோதரர் ஏற்றுக்கொள்ள மாட்டார் என்பதை அறிந்ததால், அவள் வித்யுச்சிவாவை இரகசியமாய் திருமணம் செய்து கொண்டாள்.

அவள் திருமணத்தை அறிந்த இராவணன் கோபமடைந்தார். அவளைத் தண்டிக்க விரும்பினான். ஆனால், அவரது மனைவி மண்டோதரி சகோதரியின் விருப்பத்தையும் மதிக்கும்படி கூறி, அவரை ஊக்குவித்தார். இறுதியாய், வித்யுச்சிவாவையும் சூர்ப்பனகையையும் கணவன் மனைவியாய் இராவணன் ஏற்றுக்கொண்டார். இராவணனுடன் நெருங்கிப் பழகி, அவரைக் கொல்வதற்காகவே வித்யுச்சிவா சூர்ப்பனகையை மணந்தான் என்று யாருக்கும் தெரியாது.

ஒரு நாள், இராவணன் தன் தங்கையை அவளது புதிய வீட்டிற்கு, பார்க்கச் சென்றார் வீடு. அவருக்கு ஏமாற்றம் அளிக்கும் வகையில், சூர்ப்பனகை அங்கு இல்லை. அந்த வாய்ப்பைப் பயன்படுத்திக் கொண்ட வித்யுச்சிவா, மச்சினரைத் தாக்கினான். அவனை மிகவும் எளிதாய் கொன்ற இராவணனுக்கு அவன் இணை இல்லை.

சூர்ப்பனகை இளம் வயதிலேயே விதவையாகினாள். இச்சம்பவம் அவளுக்கும் அவள் சகோதரனுக்கும் இடையே ஒரு பெரிய தவறான புரிதலை உருவாக்கியது. அவள் இராவணனின் தரப்பைக் கேட்க மறுத்தாள். இராவணன் உண்மையில் அவளுடைய திருமணத்தை ஏற்றுக்கொள்ளாமல் அவளைத் தண்டிக்க கணவனைக் கொன்றுவிட்டார் என்று உண்மையில் நம்பினாள்.

சூர்ப்பனகை இலங்கை காடுகளில் தன் நாட்களைக் கழிக்கத் தொடங்கினாள். காலங்கள் சென்றன. ஆனால் அண்ணனைப் பழிவாங்கும் தாகம் பெரிதாய் வளர்ந்தது. இளவரசி பகுதி அசுர

குலத்தவளாய் இருந்தாள். மாயையின் மந்திரம் அறிந்த மாயாவி வித்யாவை அவள் அறிந்திருந்தாள். அவளால் அவள் தேர்ந்தெடுத்த எந்த வடிவத்திலும் மாற முடியும்.

ஒரு நாள், சூர்ப்பனகை பஞ்சவடியில் (அல்லது இன்றைய நாசிக்) கோதாவரி நதிக்கரையில் இருந்தபோது, அவள் அயோத்தியின் நாடுகடத்தப்பட்ட இளவரசனாகிய இராமனைத் தொலைவிலிருந்து பார்த்தாள். தன் இதயத்தைப் பறி கொடுத்தாள்.

அவள் இராமனை அணுகி தன் காதலை வெளிப்படுத்தினாள். இராமன் உடனடியாய் மறுத்துவிட்டார். அவள் வற்புறுத்தியபோது, இராமன் அவளை அவனது தம்பியான லக்ஷ்மணனிடம் அனுப்பினார். அவன் அவளை அவமதித்து, மூக்கை வெட்டினான்.

காயமடைந்த சூர்ப்பனகை சகோதரர்களிடம் இருந்து பின்வாங்கினார். ஆனால் இராமரின் மனைவி சீதை அருகில் நிற்பதைக் கண்டார். சீதையை மிகவும் அழகாய் இருப்பதைக் கண்டாள். அப்போதுதான் அசுர இளவரசிக்கு அது தோன்றியது. இது அவளுக்குக் கிடைத்த வாய்ப்பு - அவளது வெல்ல முடியாத சகோதரன் நேரடியாய்த் தோற்கடிக்கப்படாமல், ஆக்கப்பூர்வமான சதி மூலம் தோற்கடிக்கப்பட முடியும். அழகான பெண்களுக்கு இராவணனின் பலவீனம் அறிந்து, தன் சகோதரனிடம் சென்று, சீதையின் தனி அழகைச் சூர்ப்பனகை விவரித்தாள். இது போலவே அவள் திட்டமிட்டு, இராவணன் அவள் வலையில் விழுந்து, இறுதியில் சீதையைக் கடத்தினான்.

கடத்தல் இராமன் இராவணனை மன்னிக்கவோ அல்லது விட்டுவிட முடியாது உறுதிப்படுத்தியது. அவர் இராவணனைக் கொலை செய்வது உறுதியானது. இராமன் அதைச் செய்யவும் செய்தார்.

அது சரியான பழிவாங்கலாய் அமைந்தது.

# மகிழ்ச்சியை மறந்த தவளை

நீண்ட நெடுங்காலத்திற்கு முன்பு முனிவர்கள் கூட்டம் வாழ்ந்து வந்தது. தினமும் காலையில் அவர்களின் வழிபாட்டிற்காய் வெளியே சென்றுவிட்டு மீண்டும் மாலையில் குடியிருப்புகளுக்குத் திரும்பி வந்தனர். பழங்களைச் சாப்பிடுவதும் அருகிலுள்ள கிணற்றிலிருந்து தண்ணீர் குடிப்பதும் என்று அவர்கள் பக்தி நிறைந்த எளிமையான வாழ்க்கையை நடத்தினர். கிணற்றில் வாழ்ந்த ஒரு தவளை, அவர்களின் வாழ்க்கை முறையைக் கவனித்தது. அதுவும் பக்தனாய் மாறியது.

ஒரு நாள், முனிவர்கள் தங்கள் வழிபாட்டிற்காய்ச் சென்றிருந்த நேரத்தில், தவளை ஒரு விடப்பாம்பு கிணற்றுக்குள்ளே நுழைவதைக் கண்டது. தவளைக்கு முனிவர்கள் இத்தண்ணீரைக் குடித்தால், அவர்கள் இறந்துவிடுவார்கள் என்று தெரிந்தது. அதனால், முனிவர்கள் திரும்பி வரும் வரை, அது பொறுமையின்றி கிணற்றின் அருகே காத்திருந்தது. அவர்கள் அருகில் வந்ததும், தவளை நச்சு நீர் பற்றி எச்சரிக்க, கிணற்றில் குதித்தது. முனிவர்கள் திடீரென்று தவளையின் அசைவைப் பார்த்து, கிணற்றுக்குள் எட்டிப் பார்த்தனர். அவர்கள் திகைக்கும் வகையில், தவளை இறந்து கிடந்தது. முனிவர்கள் கிணற்றிலிருந்து தவளையைப் பிடித்து வெளியே எடுத்தபோது, தவளையின் உடல் நீலம் கலந்த சாம்பல் நிறமாய் மாறி இருந்ததை அவர்கள் கவனித்தனர். அப்போதுதான் தண்ணீரில் விடம் கலந்திருப்பதை முனிவர்கள் உணர்ந்தனர். அவர்களின் யோக சக்தியால், அவர்கள் அனைவரையும் காப்பாற்ற, தவளை தனது உயிரைக் கொடுத்ததைக் கண்டுபிடித்தனர்.

அனைவரும் கூடி, அவர்கள் தவளையின் தியாகத்தை அங்கீகரித்து ஆசி வழங்கினார். 'நீ, ஒரு எளிய உயிரினம், எங்களை மரணத்திலிருந்து காப்பாற்றியுள்ளாய். அன்பு தவளையே, உன்னை உயிர்ப்பிப்போம். நீ எங்களிடம் ஏதேனும் வரத்தைக் கேள்,' என்றனர்.

தவளைக்கு உயிர் வந்ததும், மனிதக் குரலில், 'பார்வதியைப் போல் அழகாய் இருக்கவும், மிகவும் கற்றறிந்தவர் மற்றும் பேரரசர் யாரையாவது திருமணம் செய்து கொள்ளவும் விரும்புகிறேன்,' என்றது.

முனிவர்கள் புன்னகைத்து, 'நீ மிகவும் அழகான, பக்தியுள்ள பெண்ணாய் பிறவி எடுத்து, எப்போதும் நற்பண்புகளுடன் கணவனுக்குப் பணிந்தவளாயும் பெயர் பெறுவாய். நீ சிறந்த அறிவுள்ள அரசனை மணக்கும் அளவுக்கு வளர்வாய்,' என்ற வரத்தை வழங்கினர்.

இதனால், தவளை அடுத்த ஜென்மத்தில் மாயாசுரனுக்கும் விண்ணக நடனக் கலைஞர் ஹேமாவிற்கும் மகளாய், மண்டோதரியாய்ப் பிறந்தது. மாயாசுரன் தன் மகளின் முந்தைய பிறவி பற்றி அறிந்தார். அதனால் தான் அவளுக்கு மண்டோதரி என்று பெயரிட்டார். மாண்டூக்கிலிருந்து பெறப்பட்டது, வட மொழியில் 'தவளை' என்று பொருள்.

காலப்போக்கில், மண்டோதரி நேர்த்தியான, பக்தியுள்ள பெண்ணாய் வளர்ந்தாள். அவள் இறுதியில் அந்தக் காலத்தின் மிகப் பெரிய போர்வீரனாயும் மிகவும் கற்றறிந்த மனிதனாயும் போற்றப்பட்ட இராவணனை மணந்தாள்.

ஆனால், மண்டோதரி முனிவர்களிடம் மகிழ்ச்சியைக் கேட்க மறந்துவிட்டாள். அவள் வாழ்க்கையில் உண்மையான மகிழ்ச்சியை அனுபவித்ததில்லை. மற்றொருவரின் மனைவியான சீதையைக் கடத்திய கணவன் இராவணன் கைகளில், அவள் பெரும் சோகத்தையே அனுபவித்தாள். மண்டோதரி திரும்பத் திரும்ப சீதாவை விடுவிக்கும்படி கணவனுக்கு அறிவுறுத்தியும் பலனில்லை. கடத்தலின் விளைவுகள் பெரும் போரை விளைவித்தது. இராவணனின் தோல்விக்கு வழிவகுத்தது. அவர் தனது சிறந்த போர்வீரர் மகனான மேகநாதனை, கொந்தளிப்பான போரில் மகனையும் இழந்தார்.

இந்திய புராணங்களில், அவளுக்கு பஞ்சகன்யா வரிசையில் இடம் இருப்பதை நாம் நினைவில் கொள்ள வேண்டும். ஐந்து சிறந்த பெண்கள், அல்லது பஞ்சகன்யா - அகல்யா, தாரா, மண்டோதரி, திரௌபதி மற்றும் சீதை ஆகியோர்.

# வெள்ளை ஏரியின் கடவுள்

முதல் தீர்த்தங்கரரின் நூறு மகன்களில் ஒருவரான பரதன் அயோத்தி நாட்டை ஆண்ட போது, பாகுபலி, மகன்களில் இளையவருக்கு, போடனாபூர் கிடைத்தது.

ஒரு நாள் ஆயுதக் களஞ்சியத்தில் இருந்தபோது, சுழலும் வட்டு ஒன்றை பரதன் பார்த்தார். அது குறிப்பிட்ட திசையை நோக்கி இருந்தது போல் தெரிந்தது. அவர் தனது கருத்தினை நாட்டின் சோதிடர்களிடம் பேசியபோது, அவர்கள், 'இது நீ புவியை ஆள்வாய், பேரரசனாவாய் என்பதற்கான அறிகுறியாகும்,' என்றனர்.

காலப்போக்கில், கணிப்பு உண்மையாகும் என்று தோன்றியது. வட்டின் உதவியுடன், பரதன் பல போர்களை நடத்தி, தன் நாட்டை விரிவுபடுத்தினார். அது அவரது பயணத்திற்கான வழியைக் காட்டியது.

ஒரு நாள், பரதன் ஒரு போருக்குப் பின்னர், அயோத்திக்குத் திரும்பிக் கொண்டிருந்தார். பேரரசர் ஆவதற்கு நெருக்கமாய் இருந்தார் என்று எதிர்பார்க்கப்பட்டது. அப்போது, திடீரென்று வட்டு சுழலுவதை நிறுத்தியது.

இது ஏதோ ஒரு முக்கியமான அறிகுறி என்று பரதன் அறிந்தார். பல்வேறு அறிஞர்களுக்கும் சோதிடர்களுக்கும் விசாரணைகளை அனுப்பப்பட்டது. இறுதியாய், அவரிடம், 'வட்டு நின்று விட்டது. ஏனென்றால், உங்கள் தொண்ணூற்றொன்பது சகோதரர்களும் அடிபணிய வேண்டியுள்ளது. அப்போதுதான் ஒரு பேரரசராகும் உங்கள் தேடலைத் தொடர முடியும்,' என்ற செய்தி வந்தது.

எனவே, பரதன் தன் சகோதரர்கள் அனைவருக்கும் அரச கடிதம் அனுப்பினார். அவர்கள் அவருக்கு அடிபணிய வேண்டும் அல்லது வெற்றியாளரைத் தீர்மானிக்க அவருக்கு எதிரான போர் புரிய வேண்டும் என்று அவர்களுக்கு அறிவிக்கப்பட்டது. அவருடைய தொண்ணூற்றெட்டு சகோதரர்கள் அறிவிப்பைப் பெற்றபோது முற்றிலும் அதிருப்தி அடைந்தனர். தன் அகங்காரத்திற்காகவும் நிலத்திற்காகவும், பரதன் தனது சொந்த சகோதரர்களைப் போருக்கு அழைத்தார். தங்கள்

வரம்புக்குட்பட்ட வளங்களை, தொண்ணூற்றெட்டு சகோதரர்கள் தங்கள் பங்காய் அவருக்குக் கொடுத்து விட்டு, நாட்டை விட்டுச் சென்றனர்.

ஆனால், பாகுபலி, தன் நாட்டின் பங்கைச் சமர்ப்பிக்கவும், சரணடையவும் மறுத்துவிட்டார். அவர் உயரமான மற்றும் வலிமையான போர்வீரராயும் இருந்ததால், பரதனுக்குச் செய்தி அனுப்பினார்: 'வா தம்பி. சண்டையிடுவோம் - நாம் இருவர் மட்டும். நம்முடைய அப்பாவி குடிமக்கள் இதனால் பாதிக்கப்பட நான் விரும்பவில்லை. எனவே இதை நம் இருவரிடையே வைத்துக் கொள்வோம்,' என்று போருக்கு அழைத்தார்.

பரதன் சம்மதிக்க, இருவரும் போர்க்களத்தில் சந்தித்தனர்.

சகோதரர்கள் மூன்று வகையான போட்டிகளில் ஈடுபட்டனர்: மல்ல-யுதா (மல்யுத்தம்), ஜலா-யுதா (தண்ணீரில் போர்) மற்றும் த்ரிஷ்டி-யுதா (ஒருவருக்கொருவர் பார்த்துக் கொள்வது). பரதன் திறமையில் பாகுபலிக்குச் சமமாய் இருந்தார். ஆனால் பாகுபலி தனது உயரத்தைப் பயன்படுத்திக் கொண்டு ஜலாயுதத்திலும், திருஷ்டியுதத்திலும் பரதனைத் தோற்கடித்தார்.

பாகுபலி வெற்றி பெற்றதும் தான் பலப்பல நாடுகளின் பேரரசனாய் முடிசூட்டிக் கொள்ளலாம் என்று பாகுபலி அறிந்திருந்தார். ஆனால் அவசரம் எவ்வளவு விரைவாய் வந்ததோ அவ்வளவு விரைவாய் சக்தி மங்கிப்போனது. 'எனக்கு இந்த நாடு வேண்டாம்,' என்று நினைத்தார். 'நம்மைப் பார்! நிலத்தின் மீதும் அதிகாரத்தின் மீது கொண்ட காதலால் நாம் கொடிய எதிரிகளாய் மாறி விட்டோம்!' என்றார்.

அந்தத் தீவிர உணர்தலுடன், பாகுபலி அவர் வென்ற அனைத்தையும் பரதனுக்கு, கொடுத்துவிட்டார். தியானம் செய்யவும் இறுதியான பேரின்பத்திற்கான தேடலில் தவம் செய்யவும் பாகுபலி சென்றார்.

அவர் ஒரு திகம்பர் சமண துறவியாய் மாறி, அவரது உடைகளையும் பணத்தையும் ஆபரணங்களையும் என்று அனைத்தையும் பிறருக்கு, கொடுத்தார். அவர் ஒரே இடத்தில் பல ஆண்டுகள் நிர்வாணமாய் நின்றார். அவரைச் சுற்றி புற்றுகள் உருவாயின. தூசி, தண்ணீர், சூரியனும் காற்றும் கூட அவரைத் தொந்தரவு செய்யவில்லை. கவனமும் அர்ப்பணிப்பும் இருந்த போதிலும், அவர் இன்னும் மகிழ்ச்சியற்றவராய் இருந்தார். அவர் தன் சகோதரன் பரதனின் நிலத்தில் நின்று கொண்டிருப்பது ஏனோ அவரைத் தொந்தரவு செய்தது.

ஒரு வருடம் கழிந்தது. இறுதியாய், பரதன் வெட்கப்பட்டு, அவரது சகோதரரைச் சந்திக்கச் சென்றார். சகோதரர்கள் அனைவரும் மீண்டும்

இணைந்ததும், பாகுபலி அனைத்து இணைப்புகளிலிருந்தும் விடுபட்டு, அறிவும் மோட்சமும் என்ற உயர்ந்த நிலையை அடைந்தார். பரதன் அவருடைய சகோதரருக்காய் ஒரு அழகிய சிலையைக் கட்டினார்.

வரலாறு இந்தக் கதையிலிருந்து சற்றே வேறுபடுகிறது. இந்த ஒற்றைக் கல் ஐம்பது எட்டு அடி கொண்ட கருங்கல்லால் ஆன பாகுபலியின் (அல்லது கோமதேஸ்வரா) சிலை - சிரவணபெலகொலாவில் உள்ள விந்தியகிரி மலையின் உச்சியில், கர்நாடகாவின் ஹாசன் மாவட்டத்தில் அமைந்துள்ளது. கங்கா வம்சத்தின் ஜென பிரதம மந்திரி சாமுந்தராயர் என்ற பெரியவரால் கட்டப்பட்டது. மேலும் அது உலக வாழ்க்கையிலிருந்து பற்றின்மையைக் குறிக்கிறது. இது பாகுபலியின் அமைதியான உணர்வினைச் சித்தரிக்கும் அரிய சிலைகளில் ஒன்று. அதுமட்டுமின்றி, அவரது சிலைகள் பல கர்நாடகாவில் மட்டும் உள்ளன, வேலுரு, கார்கலா, கொம்மதகிரி மற்றும் தர்மஸ்தலா போன்ற இடங்களில் - ஆனால் எதுவும் சிரவணபெலகோலாவில் உள்ள சிலையின் அழகை மிஞ்ச முடியாது. இந்தச் சிறந்த அழகிற்காய் சாமுந்தராயர் தன்னைப் புவியில் மிகப்பெரிய மனிதராய் எண்ணத் தொடங்கினார். அவரது பார்வையும் ஆணவமும் இவ்வாறு அவரது எதிர்கால வேலைகள் அனைத்தையும் ஆதிக்கம் செலுத்தியது.

ஒரு நாள், சிலை பாலும் தண்ணீரும் கொண்டு கழுவப்பட்டது. அபிஷேக விழாவிற்கு அல்லது சிலைக்கு நறுநெய்யாட்டுவதற்கு, சாமுந்தராயர் அண்டா நிறைய பாலுக்கு உத்தரவிட்டிருந்தார். சிலையின் மீது அண்டா அண்டாவாய் பால் ஊற்றினாலும், பாகுபலியின் இடுப்பைத் தாண்டி பால் பாயவில்லை என்பதைக் கண்டு அவனுக்கு ஆச்சரியமாய் இருந்தது. என்ன தவறு? அர்ச்சகர்கள் எவ்வளவோ முயன்றும் முடிவு அப்படியே இருந்தது, அபிஷேக விழாவும் முழுமையடையாமல் இருந்தது.

அப்போது, சாமுந்தராயர் ஒரு வயதான பெண்மணி ஒரு சிறிய சொம்பில் பாலுடன் நடந்து செல்வதைக் கண்டார்.

பெண்மணி அவரிடம் பணிவாகக் கேட்டார், 'ஐயா, நான் இந்தப் பாலைப் பாகுபலியின் அபிஷேகத்திற்காய் பயன்படுத்தலாமா?

'ஓ கிழவியே, நாங்கள் பல அண்டாக்கள் நிறைய பால் ஊற்றிய போதும், எங்களால் சிலையைக் குளிப்பாட்ட முடியவில்லை. ஆனால் உங்கள் சிறிதளவு பால், விழாவினை வெற்றிகரமாய் முடிக்க உதவும் என்று நீங்கள் நினைத்தால், தயவுசெய்து மேலே சென்று முயலவும்.' என்று பணித்தார்.

மெதுவாய், வயதான பெண்மணி தற்காலிக படிக்கட்டில் ஏறினார். அவர் சிலையின் தலையை அடைந்து பாலை ஊற்றினார். அனைவரையும் ஆச்சரியப்படுத்தும் வகையில், பாகுபலியின் உடல் முழுவதையும் பால் மூடியது. உண்மையில், கூடுதலான பால் பாய்ந்தது கீழே இறங்கி தரையில் வெள்ளை நிற குளம் உருவானது.

அவர் எளிய பெண் அல்ல, ஒரு தெய்வீக ஆன்மா என்று சாமுந்தராயர் அப்போது அறிந்தார். அவர் அப்பெண்ணிடம் மன்னிப்பு கேட்டதும் அவர் யக்ஷி தேவியாய் மாறி, மெதுவாய், 'அன்பே! இறுமாப்புடன் இருக்காதே! ஒவ்வொருவருக்கும் அவர்கள் நம்பும் நம்பிக்கை உண்மையாகிறது. பணத்தால் என்ன செய்ய முடியும் என்பதை விட, அந்த நம்பிக்கையால் நீங்கள் சாதிக்கக்கூடியது இன்னும் அதிகம் முக்கியமானது. அதை உனக்குக் காட்டுவதற்குத் தான், உன்னிடம் இந்தச் சிறு தந்திரம் செய்ய நான் விரும்பினேன்.' என்றார்.

இன்று நீங்கள் சிரவணபெலகொலாவுக்குச் சென்றால், நீங்கள் மலைக்குக் கீழே குளம் இருப்பதை இன்னும் பார்க்க முடியும். அது ஒரு முறை பாலால் நிரப்பப்பட்டது. அதனால் தான், அது பெளிய கோலா என்று அழைக்கப்படுகிறது. அதாவது 'ஒரு வெள்ளை ஏரி' என்ற பொருள் கொண்ட கன்னட வார்த்தைகளால் அழைக்கப்படுகிறது. மேலும் கிழவி தன் கையில் சிறிய பால் பானை வைத்திருக்கும் சிலையையும் நீங்கள் காணலாம்.

# இளமையின் ரகசியம்

முன்னொரு காலத்தில் சர்யாதி என்ற அரசர் வாழ்ந்து வந்தார்.

ஒரு நாள், அரசர் அருகில் உள்ள காட்டிற்கு வேட்டையாடச் சென்றார். அவரது மகள் சுகன்யா, தன் தோழிகளுடன் இணைந்து கொண்டாள். அங்கு அவர்கள் முகாம் அமைத்தனர். அரசர் வேட்டையில் ஈடுபாடு கொண்டு தனது கூட்டத்தினருடன் சென்றுவிட்டார். அதனால் இளைய கன்னிப் பெண்கள் உலா செல்ல முடிவு செய்தனர்.

சுகன்யா இரு ஒளிரும் துளைகள் கொண்ட பெரிய வெள்ளை எறும்புப் புற்றில் தடுமாறி விழப்போனாள். அத்தகைய இயல்பற்ற எறும்புப் புற்றைக் கண்டு ஆச்சரியப்பட்டு தரையிலிருந்து ஒரு குச்சியை எடுத்து இரண்டு துளைகளைக் குத்தினாள். உடனே, குழியிலிருந்து இரத்தம் கசியத் துவங்கியது. பயந்து பின்வாங்கி, சுகன்யா தன் தோழிகளுடன் முகாமிற்குத் திரும்பினாள்.

எறும்புப் புற்றின் உள்ளே சியவன முனிவர் வாழ்ந்து வந்தார். அவர் பல ஆண்டுகளாய் தியானம் செய்து கொண்டிருந்தார். அதனால் அவரது உடல் முழுவதும் வெள்ளை எறும்புகள் புற்றைக் கட்டியிருந்தன. சியவனருடைய கண்களுடன் புற்றின் இரண்டு துளைகள் நேர் கோட்டில் இணைந்து இருந்தன. இளவரசி சுகன்யா அவளது அறியாமையால், துளைகளைக் குத்தியது, உடன் முனிவரின் கண்களைக் குருடாக்கியது.

சியவனர் கோபமடைந்தார். அவர் தனது தவ சக்தியைப் பயன்படுத்தி, இந்தச் செயலுக்குக் காரணமான அரசனின் படையை மேலும் செல்ல தடுப்பதற்கு, இயற்கையை அழைத்து, இடை நிறுத்த உறுதி செய்தார். சாபம் உடனடி விளைவைத் தந்தது. சர்யாதியின் வீரர்களும் மற்றும் படைப் பணியாளர்களும் தங்கள் உடலிருந்து நச்சு கழிவுகளை வெளியேற்ற முடியாமல் தவிக்க துவங்கினர்.

சிறிது நேரத்திலேயே, அரசர் தன் மகளின் முட்டாள்தனத்தை உணர்ந்தார். சியவனரிடம் வந்து, 'ஓ உயர்ந்த முனிவரே, என் மகள் அறியாமல் செய்த பாவத்தை மன்னியுங்கள். அவள் செய்த தவறுக்காய் என் படையைத் தண்டிக்க வேண்டாம். உங்களை மகிழ்விக்க நான்

என்ன செய்ய முடியும் என்று சொல்லுங்கள்,' என்று அவரது கருணையை வேண்டினார்.

"நானோ முதியவன். உன் மகளின் சிந்தனையற்ற செயலால் குருடாகி விட்டேன்,' என்றார் முனிவர். 'நான் சாபத்தைத் திருப்பிப் பெற வேண்டும் என்று நீ இங்கே வந்திருக்கிறாய் என்றால், உன் மகள் என்னைத் திருமணம் செய்து கொண்டு, என்னைக் கவனித்துக் கொள்ள வேண்டும்,' என்று கூறினார்.

அரசர் தன் அழகிய மகளை இந்த வயதான முனிவருக்குத் திருமணம் செய்து கொடுக்கத் தயங்கினார். இருப்பினும் சுகன்யா முன் வந்து, 'தந்தையே! நம் படையினர் என்னாலே துன்பப்படக்கூடாது. இந்த முனிவரை மணந்து அவருக்குப் பணிவிடை செய்ய நான் ஆயத்தமாய் இருக்கிறேன்,' என்றாள்.

சியவனர் மிகவும் மகிழ்ச்சியடைந்தார். திருமணம் நடந்தது. சாபம் நீங்கியது.

ஆண்டுகள் கடந்தன. சுகன்யா கணவருக்கு உண்மையான சேவையைத் தொடர்ந்து செய்தாள்.

ஒரு நாள், தெய்வீக இரட்டை மருத்துவர்களான அசுவினி குமாரர்கள், சியவனருடைய ஆசிரமத்தைக் கடந்து சென்று கொண்டிருந்த போது, மதி மயக்கும் அழகுடன் இருந்த சுகன்யாவைக் கண்டனர். அவர்கள் அவளை அணுகி, 'ஓ அழகான கன்னியே! நீ ஏன் இங்கு வயதான முனிவருடன் வசிக்கிறாய்? எங்களில் ஒருவரைத் திருமணம் செய்து கொள். நீ ஒரு சிறந்த வாழ்க்கையைப் பெறுவாய்,' என்றனர்.

'ஐயா, மன்னிக்கவும், ஆனால் நான் என் கணவரை விடமாட்டேன்,' என்றாள் சுகன்யா.

'சரி, சியவனருக்கு இளமை வரம் அளித்தால் என்ன? நாங்கள் அவ்வாறு செய்த பிறகு, நீ நேர்மையாய்ச் சியவனர் அல்லது எங்களில் ஒருவரைப் பாரபட்சமற்ற உண்மையான மனதுடன் தேர்ந்தெடுக்க வேண்டும்,' என்று அவர்களில் ஒருவர் கூறி அவளைக் கவர்ந்திழுக்க முயன்றார்.

முதலில் சுகன்யா அவர்களின் வாய்ப்பை நிராகரித்து, கணவரிடம் சென்று, அவருக்கு நிலைமையை விளக்கினாள். சியவனர் அவளிடம் அசுவினி குமாரர்களை அழைக்கச் சொன்னார். அவர்கள் சந்தித்தபோது, முனிவர் அவர்களிடம், 'உங்கள் கருத்தை நான் ஏற்றுக்கொள்கிறேன். தயவுசெய்து எனக்கு இளமையைக் கொடுங்கள்,' என்று சொன்னார்

அசுவினி குமாரர்கள் சியவனருக்கு மூன்று சிகிச்சை கலவைகளை வழங்கினர் - முனிவர் முதலில் சிறப்பு மூலிகைகள் நிறைந்த ஏரியில் நீராடினார். பின்னர் காயகல்பம் எனப்படும் மூலிகைக் களிம்பு முனிவரின் உடலில் தடவப்பட்டது. இறுதியாய், மூலிகைக் கலவையைச் சாப்பிடும்படி சொல்லப்பட்டது.

இறுதியாய், இரட்டையர்களும் சியவனரும் ஏரியில் குளித்தனர். அவர்கள் இளமையாய் ஆனதோடு மட்டுமல்லாமல் ஒருவருக்கொருவர் ஒரே மாதிரியாயும் தோற்றமளித்தனர்.

சுகன்யா மனதார வேண்டிக் கொண்டு தன் கணவனைச் சரியாய் அடையாளம் காட்டினாள். சியவனர் மிகவும் மகிழ்ச்சியடைந்து, அவர் எப்போது யாகம் நடத்தினாலும், படைக்கப்படும் அனைத்துப் பொருட்களில், மருத்துவ இரட்டையர்கள் நிச்சயம் ஒரு பங்கைப் பெறுவார்கள் என்று வாக்குறுதி அளித்தார்.

சியவனர் அருந்திய மூலிகைக் கலவை அவரை ஒரு இளைஞனாய் மாற்றியது. இது மூலிகைகள், சுவையூட்டும் பொருட்கள், பழப்பாகும் எண்ணெய்களும் கொண்ட, பலராலும் இன்று உண்ணப்படும் சவனப்பிராச் என்ற வார்த்தையின் உருவாக்கத்திற்கு வழிவகுத்தது.

# இளவரசியும் அழகற்ற குள்ளனும்

பாண்டவர்கள் பதின்மூன்று ஆண்டுகள் வனவாசத்தில் இருந்தபோது, அவர்களது ஆன்மிகம் ஆசான், தௌம்ய முனிவர், சில சமயங்களில் அவர்களுக்குக் கதைகள் சொல்லி மகிழ்விக்கவும் ஆலோசனைகள் கூறவும் அங்குச் செல்வார்.

பகடை விளையாட்டில் திரௌபதியிடம் பந்தயம் கட்டியதற்காகவும் தனது மகுடத்தை இறக்கவும் செய்ததற்காய், யுதிட்டிரன் அடிக்கடி வருந்துவான். இறுதியாய், இதைத் தௌம்ய முனிவருடன் பகிர்ந்து கொண்ட பொழுது, ‹வாழ்க்கையின் வட்டத்தில் நல்ல கெட்ட நேரங்கள் தவிர்க்க முடியாதவை. கடினமான காலத்தில், மக்கள் சில நேரங்களில் இயற்கைக்கு மாறான செயல்களைச் செய்கிறார்கள். பிரசங்கம் அல்லது அறிவார்ந்த ஆலோசனைகள் கூட உதவாது. இத்தகைய முட்டாள்தனங்களும் அவர்களின் குடும்பங்களும் பாதிக்கப்பட்ட மன்னர்களின் கதைகளால் வரலாறு நிறைந்துள்ளது. அனைத்து நிகழ்வுகளிலும், மக்கள் கடினமான காலங்களைக் கடந்து வந்துள்ளனர். எனவே, யாருடைய வாழ்க்கையிலும் நிரந்தரமாய் நல்ல அல்லது கெட்ட நேரம் இருக்க முடியாது,’ என்று ஆலோசனை கூறினார்.

யுதிட்டிரன் ஆர்வமாய் இருந்தான். அவன், ‹ஆனால் எப்போதாவது என்னைப்போன்ற முட்டாள் அரசன், பகடை விளையாட்டை விளையாடி, தன் மனைவியைப் பந்தயம் கட்டி, தனது நாட்டை இழந்திருக்கிறானா? நான் என் குடும்பத்தாருக்கும் குடி மக்களுக்கும் பெரும் வருத்தத்தையும் ஏற்படுத்தியிருக்கிறேன்,’ என்று கேட்டான்.

‘ஆம், இருக்கிறது’ என்றார் முனிவர். ‘அவன் பெயர் நளன். அவனுடைய கதையைச் சொல்கிறேன் கேள்,’ என்று கதையைக் கூறத் தொடங்கினார்.

‘விதர்ப நாட்டில் தமயந்தி என்ற அழகிய இளவரசி வாழ்ந்து வந்தாள். தேவர்களால் கூட அவளை ரசிக்காமல் இருக்க முடியாத அளவிற்கு, அவளுடைய அழகு இருந்தது.’

'நிசாத நாட்டின் அரசனுக்கு இரண்டு மகன்கள் - நளன் மற்றும் புஷ்கரன். நளன் மிகவும் அழகாயும், வசீகரமாயும், மதிப்பு மிக்கவனாயும் இருந்தான்.

'ஒரு நாள், நளன் வேட்டையாடச் சென்றபோது, ஒரு ஏரியின் கரையில் ஓய்வெடுக்க நின்றான். அங்கே, பல வெள்ளை அன்னங்களின் நடுவில் அழகான தங்க அன்னம் ஒன்று இருந்ததைக் கண்டான். இந்தக் கண்கவர் உயிரினத்தை நளனால் கண்டு மயங்காமல் இருக்க முடியவில்லை. அவன் தங்க அன்னம் பின்னால், மெதுவாய் அருகே சென்று, அதைக் கைப்பற்றினான். சுற்றியிருந்த மற்ற பறவைகள் உடனடியாய்ப் பறந்து சென்றன. ஆனால் இந்தத் தங்க பறவையால் நளனின் இறுக்கமான பிடியிலிருந்து தப்பிக்க முடியவில்லை.

'அவன் திகைக்கும் வண்ணம், அன்னம் திடீரென்று அவனிடம் மனிதக் குரலில் பேசியது. "ஓ சிறந்த நளா! தயவுசெய்து என்னை விட்டுவிடுங்கள். புவியில் உள்ள ஒவ்வொரு உயிரினத்தையும் போலவே எனக்கு விடுதலை வேண்டும். நீங்கள் ஒரு பெரிய அரசரும், தளபதியும், ஆட்சியாளரும் கூட. நீங்கள் எனக்கு உடன்படுவீர்கள் என்று எனக்குத் தெரியும்,' என்று கெஞ்சியது.

'அன்னம் சொன்ன வார்த்தைகளில் உள்ள உண்மையை நளன் உணர்ந்தான். பறவையை விடுவிக்க, அவன் தனது பிடியைத் தளர்த்தினான்.

'"நீங்கள் அதைச் செய்ததில் நான் மகிழ்ச்சியடைகிறேன்," என்றது அன்னம். "ஒரு பறவையின் பேச்சைக் கேட்டு, கனிவான அரசனாய் உங்கள் கடமையைச் செய்தீர்கள். ஒருவருக்கு உதவி கிடைத்தால், அவர்கள் நன்றியுடன் இருக்க வேண்டும். எனவே, நீங்கள் இந்த உலகில் மிகச்சிறந்த இணையைப் பெறுவீர்கள் என்ற உறுதி கொடுக்கிறேன். இளவரசி தமயந்தி, அரசன் பீமனின் மகள், அவளது அழகுக்காய் கொண்டாடப்படுகிறாள். தேவர்கள் அவளை மணக்க விரும்புகிறார்கள். அப்சரசுகள் அவளைப் பார்த்துப் பொறாமைப்படுகிறார்கள். அவளது அழகு விண்ணகத்தில் உன் கூட உண்மையாகவே ஒப்பிட முடியாது. நான் அவளுக்கு உன்னை அறிமுகப்படுத்துவேன் என்று கூறிக் கொள்கிறேன்.'

'இவ்வாறு சொல்லி, பறவை பறந்து சென்றது.

'ஆழ்ந்த சிந்தனையில், இந்த எதிர்பாராத திருப்பத்தை ஆராய்ந்து கொண்டே, நளன் அமைதியாய் நின்றான். தமயந்தியைப் பற்றி அவன்

உண்மையில் கேள்விப்பட்டிருந்தான். அதனால் அன்னம் அளித்த வாக்குறுதியைக் கேட்டு பரவசமடைந்தான்.

'அன்னம் விதர்ப நாட்டிற்குப் பயணம் செய்தது. அது அரசர் தோட்டத்திற்குச் சென்று, ஒரு புதர் பின்னால் ஒளிந்தது. மற்ற வெள்ளை அன்னங்களும் அதனுடன் சேர்ந்து கொண்டன. மகிழ்ச்சியுடன் தோட்டங்களில் நடமாடின. இளவரசி தமயந்தி வெள்ளை அன்னங்களால் ஈர்க்கப்பட்டாள். ஆனால் அவள் அவற்றை நெருங்கியதும், அவை அனைத்தும் பறந்து சென்றன.

'சிறிது நேரம் கழித்து, தமயந்தி தங்கச் சிறகுகள் கொண்ட அன்னத்தைக் கண்டாள். அவள் அதனிடம் மயங்கி, அதனைப் பிடிக்கும் எண்ணத்தில் அதன் அருகில் சென்றாள். அவள் பறவையை நெருங்கியதும், அது மெதுவாய் நகர்ந்து, தோழிகளும் காவலர்களும் அவர்களைக் காண முடியாத சிறிது தூரத்திற்கு அழைத்துச் சென்றது. பின்னர் அது தன்னை இளவரசி பிடிக்க அனுமதித்தது.

'அன்னம், "ஓ தமயந்தி! மிக அழகானவளே! தயவுசெய்து என்னை விட்டுவிடு. நான் பார்த்ததில் அழகான இளவரசனான நளனின் தூதுவன். அவருடைய வீரத்திற்கும் இரக்கத்திற்கும் தகுதியான இளவரசி உங்களைத் தவிர யாரும் இல்லை. நான் இலட்சக்கணக்கில் தம்பதிகளைப் பார்த்திருக்கிறேன். ஆனால் பெரும்பாலானவர்கள் பொருத்தம் இல்லாதவர்கள். நளனும் நீங்களும் எல்லா வகையிலும் ஒருவருக்கொருவர் உண்மையிலேயே தகுதியானவர்கள். நீங்கள் என்னை விட்டால், நான் உங்கள் செய்தியை நளனிடம் கொண்டு செல்கிறேன்,' என்று சொன்னது.

'பறவை நளனையும் அவனுடைய பல சிறந்த குணங்களையும் விவரித்துக் கொண்டே சென்றது. தன்னையறியாமல் தமயந்தி இந்த அறியப்படாத இளவரசனைக் காதலிக்க துவங்கினாள். அவள் அன்னத்தை விடுவித்தாள்.

'சில நாட்கள் கழிந்தன. எல்லா பகலிலும் இரவிலும் நளன் தமயந்தியின் எண்ணங்களை ஆக்கிரமித்தான். அவளால் ஒழுங்காய் தூங்கவோ சாப்பிடவோ முடியவில்லை. அவள் முற்றிலும் வெறித்தனமான காதல் கொண்ட இளம் பெண்ணானாள். அவளது தந்தை பீமன் இந்த வளர்ச்சியை அறிந்ததும், அவர் விரைவாய் ஒரு பெரிய சுயம்வரத்தை ஏற்பாடு செய்து, நட்பு நாடுகளின் இளவரசர்கள் அனைவரையும் கலந்து கொள்ள அழைத்தார்.

'அழைப்பு கிடைத்ததில் நளன் மகிழ்ச்சி அடைந்தான். அவன் தனது சிறந்த ஆடையை அணிந்தான். தனது தேரில் ஏறி, விதர்ப நாட்டை நோக்கி தனது பயணத்தைத் தொடங்கினான். அவன் ஒரு திறமையான தேரோட்டி, மிக வேகமாய் சவாரி செய்யும் திறன் பெற்றவன். வழியில் நான்கு தேர்கள் ஒளிர்வதையும் நான்கு அழகான கடவுள்கள் வானத்திலிருந்து இறங்கி வருவதையும் கண்டான். தேவர்கள் நளனைத் தடுத்து, அவர்களில் ஒருவர், "நான் இந்திரன். தேவர்களின் அரசன். இவர்கள் என் நண்பர்கள் - அக்னி, தீயின் கடவுள்; வாயு, காற்றின் கடவுள்; வருணன், நீரின் கடவுள். விண்ணகத்தில் அழகான கன்னிப்பெண்கள் இருந்தாலும், நாங்கள் தமயந்தியின் விண்ணுலக அழகைப் பற்றிக் கேள்விப்பட்டு, எங்களைக் கட்டுப்படுத்திக் கொள்ள முடியவில்லை. எனவே, எங்களில் ஒருவராவது அவளைத் திருமணம் செய்து கொள்ள வேண்டும் என்று நினைத்தோம்,' என்றார்.

'நளன் ஊமையாகிப் போனான்.

""ஓ உன்னத இளவரசே!" அவர்கள் தொடர்ந்தனர், "நீங்கள் உங்கள் அற்புதமான பழக்க வழக்கங்களுக்காய் அறியப்பட்டவர். எனவே நாங்கள் உங்களிடமிருந்து ஒரு உதவியை விரும்புகிறோம்.'

""உங்கள் அனைவருக்கும் வணக்கம். எல்லாவற்றிற்கும் மேலாய், நான் ஒரு மனிதன். நான் உங்களுக்கு எப்படி உதவ முடியும்?» என்று நளன் தன் நினைவிற்கு வந்து பதிலளித்தான்.

""தமயந்தியிடம் எங்கள் காதல் தூதராகச் செல்லுமாறு கேட்டுக்கொள்கிறோம். எங்களுடைய சிறந்த குணங்களை அவளுக்கு விவரியுங்கள். அவள் எங்களில் ஒருவரை மணக்க வேண்டும் என்று அவளைச் சம்மதிக்க வை. ஒரு மனிதன் கடவுளை மணந்து கொள்வது பாக்கியம் என்பதை அவளுக்கு விளக்கு.»

'நளன் நம்பிக்கையிழந்து விரக்தி அடைந்தான். தன்னால் முடிந்த அளவு நெஞ்சுரத்தை வரவழைத்துக் கொண்டு பதிலளித்தான். "நான் உங்களுக்கு உதவுவேன். என் வார்த்தைக்கு உண்மையாய் இருப்பேன். ஆனால், அரசே, தமயந்தி எப்போதும் அவளுடைய உறவினர்களாலும் தோழிகளாலும் சூழப்பட்டிருப்பாள். எனவே, உங்கள் விருப்பத்தைத் தெரிவிக்கவும், உங்கள் காதலைப் பரிந்துரைக்கவும் நான் எப்படி அவளைத் தனிப்பட்ட முறையில் சந்திப்பேன்?"

'தேவர்கள் மகிழ்ந்து சிரித்தனர். "கவலைப்படாதே, நளா" என்றார்கள். "கண்ணுக்குத் தெரியாத சக்தியை நாங்கள் உனக்கு வழங்குகிறோம். உன்னால் எங்கள் பணியை நிறைவேற்ற முடியும்."

‘தனது புதிய பரிசெனும் ஆயுதத்தை ஏந்திய நளன் அரண்மனையில் உள்ள தமயந்தியின் அறைகள் இருக்கும் பகுதியில் திருட்டுத்தனமாய் உள்ளே நுழைந்தான். சரியான தருணத்திற்காய் காத்திருந்தான். இறுதியாய், அவள் தனிமையில் இருந்தபோது, நளன் தன் உண்மையான வடிவில் தோன்றினான்.

‘திடுக்கிட்ட தமயந்தி, “யார் நீ?” என்று கேட்டாள். அவள் அவனது அழகிய வடிவத்தைக் கவனித்து, தொடர்ந்து, “நீங்கள் ஒரு மனிதனா அல்லது கடவுளா? என்ன நெஞ்சுரம், அனுமதி இல்லாமல் என் அறைக்குள் நுழைந்திருக்கிறீர்கள்!”

“”நான் நிசாத நாட்டின் இளவரசன் நளன். வாயு, வருணன், அக்னி மற்றும் இந்திரன் ஆகிய கடவுள்களின் தூதனாய் உங்களிடம் வந்துள்ளேன். அவர்கள் உங்கள் அழகில் கவரப்பட்டிருக்கிறார்கள். நாளை அவர்களில் ஒருவரை, சுயம்வரத்தில் தேர்ந்தெடுக்க வேண்டும் என்று விரும்புகிறார்கள்.»

‘தமயந்தி சிரித்தாள். “உங்களைப் பார்த்ததில் மகிழ்ச்சியாய் இருக்கிறது நளா. உங்களைப் பற்றி ஒரு தங்க அன்னம் என்னிடம் சொன்னது முதல் என் மனதில் இருக்கிறீர்கள். நீங்கள் என் கனவுகளின் மனிதன், என் இதயத்தை நான் உங்களுக்குக் கொடுத்துவிட்டேன். பிறகு நான் எப்படிக் கடவுளர்களில் ஒருவரை மணக்க முடியும்? தவிர, நான் ஒரு மனிதன், கடவுள் அல்ல.”

‘”ஓ தமயந்தி, நீ கற்பனை செய்திருந்ததை விட அழகாய் இருக்கிறாய். ஆனால் வலிமைமிக்க கடவுள்களின் விருப்பத்திற்கு எதிராய் செல்ல எனக்குச் சக்தி இல்லை. நான் அவர்களுக்கு வாக்குறுதி அளித்துள்ளேன்” என்றான்.

‘”இது சுயம்வரம், நளா, நான் யாரைத் திருமணம் செய்துகொள்ள முடிவு செய்கிறேனோ அவர்களையே மணம் முடிப்பேன்,” என்று உறுதியாய்க் கூறினாள் தமயந்தி. «தயவுசெய்து தலையிடாதீர்கள்.»

‘நளன் யார் கண்ணிலும் படாத பரிசைப் பயன்படுத்தி, அரண்மனையை விட்டு வெளியேறினான். அவன் கடவுளர்களைச் சந்தித்து, அவர்கள் ஏமாற்றமடைந்து அடுத்து என்ன செய்யவேண்டும் என்று யோசிக்கும் வகையில், தமயந்தியின் செய்தியை அவர்களுக்குத் தெரிவித்தான்.

‘மறுநாள், அனைத்து இளவரசர்களும் சுயம்வரத்திற்கு வந்தனர். நான்கு கடவுளர்களும் தங்கள் தோற்றத்தை நளனைப் போல மாற்றிக் கொண்டு அவன் அருகில் அமர்ந்தனர்.

‘விரைவில், தமயந்தி கைகளில் ஒரு மாலையைப் பிடித்துக்கொண்டு வந்தாள். அவள் பார்வையாளர்களில் இருந்த இளவரசர்களையும் பார்த்துத் திகைத்தாள். ஐந்து நளன்கள் அருகருகே அமர்ந்திருப்பதைக் கண்டாள். கடவுளர்கள் தந்திரமான நகர்வை மேற்கொண்டதை அவள் உணர்ந்தாள். அவள் அவர்களிடம், “அன்பான கடவுளர்களே, இன்று என் கணவரைத் தேர்ந்தெடுக்க எனக்கு உரிமை உண்டு. நீங்கள் உண்மையிலேயே பெரிய ஆத்மாக்கள். ஆனால் நளன் மேல் இருக்கும் என் காதல் உண்மை என்றால், கருணை காட்டி, உண்மையான வடிவத்தில் உங்களைப் பார்க்கும் திறமையை எனக்குத் தாருங்கள். நான் நளனுடன் இல்லை என்றால் என்னால் யாருடனும் மகிழ்ச்சியாய் இருக்க முடியாது. உங்களில் யாரையும் உண்மையாய் இதயப்பூர்வமாய் நேசிக்க இயலாது,” என்று வேண்டிக்கொண்டாள்.

‘அவளுடைய கனிவான வேண்டுகோளால் தேவர்கள் மனம் மகிழ்ந்தனர். உடனடியாய், தமயந்தியால் நளனையும் அவர்கள் வெளித் தோற்றத்தில் அவனைப் போலவே தெரிந்த போதும், வேறுபடுத்திப் பார்க்க முடிந்தது. நான்கு கடவுள்களும் கண்களை இமைக்காமல் இருந்ததைக் கவனித்தாள். அனைத்து மனிதர்களைப் போலவே நளன் கண் சிமிட்டிய வண்ணம் இருந்தான்.

‘சிரித்துக்கொண்டே முன்னோக்கிச் சென்று நளனுக்கு மாலை அணிவித்தாள். நான்கு கடவுள்கள் தம்பதியருக்கு ஆசி கூறி மணமக்களுக்கு வரம் அளித்தனர்.

‘”இந்திரன், “உங்கள் எல்லா பூசைகளிலும் யாகங்களிலும் கலந்து கொள்வேன் என்று உறுதியளிக்கிறேன்.”

‘”நீங்கள் என்னை அழைக்கும் போதெல்லாம் நான் உங்களுடன் இருப்பேன்» என்று அக்கினியும் வாக்குறுதி அளித்தார்.

‘வருணனும் வாயுவும் இதே வரங்களைக் கொடுத்தனர், கடவுளர்களும் அவர்களின் இருப்பிடத்திற்குப் புறப்பட்டனர்.

‘வீட்டிற்குச் செல்லும் வழியில், நான்கு தேவர்களும் நல்ல ஆடை அணிந்த சீரழிவு மற்றும் இழப்புகளின் கடவுளான காலீயைச் சந்தித்தனர். «எங்கே போகிறாய்?» என்று கடவுளர்கள் அவரிடம் கேட்டார்கள்.

‘“நான் தமயந்தியின் சுயம்வரத்திற்குச் செல்கிறேன்.”

‘“தமயந்தி ஏற்கனவே இளவரசர் நளனைத் தேர்ந்தெடுத்து இருப்பதால், நீங்கள் திரும்பிச் செல்லலாம்,” என்று அவர்கள் கூறினர்.

‘காலீ மிகவும் ஏமாற்றமடைந்து வஞ்சிக்கப்பட்டதாய் உணர்ந்தார். அவர் வீடு திரும்பியதும், நளனுக்கும் தமயந்திக்கும் அவர்கள் வாழ்வின் போது ஒரு பெரிய பாடம் கற்பிப்பதாய் உறுதி பூண்டார்.

‘தமயந்தி நளனை மிகுந்த ஆடம்பரத்துடன் மணந்தாள். சரியான பொருத்தத்தினால் உலகம் மகிழ்ச்சியடைந்தது. தமயந்தி தன் கணவனுடன் நிசாத நாட்டிற்குச் சென்றாள். அவர்களுக்கு இரண்டு குழந்தைகள் பிறந்தன.

‘நளன் ஒரு நியாயமான நீதியைப் போற்றும் அரசனாய் விளங்கினான். தன்னுடைய குடிமக்களைச் சிறப்பாய் கவனித்துக் கொண்டான். அவர்களின் சுகாதாரத்தையும், சுகத்தையும் கவனிக்க கடுமையான விதிகளை உருவாக்கினான். குடிமக்கள் மகிழ்ச்சியாய் இருந்தனர். நீண்ட காலமாய் நாட்டில் நுழைய காலீயால் முடியவில்லை. அழுக்கு, கெட்ட பழக்கங்கள், அநீதி ஆகியவை இருந்தால் மட்டுமே அவரால் உள்ளே செல்ல இயலும்.

‘ஒரு நாள், நளன் மாலை வழிபாட்டிற்கு முன் தன் கால்களைக் கழுவ மறந்தான். கிடைத்த வாய்ப்பைப் பயன்படுத்திக் கொண்டு நளனின் உடலுக்கு உள்ளே நுழைந்தார் காலீ.

‘அன்று முதல் காலீ நளனின் மனதுடன் விளையாடி, மன நிலையையும் உடல் நிலையையும் அரசன் இழக்கச் செய்தார்.

‘நளனின் சகோதரன் புஷ்கரன் அவனைப் பகடை விளையாட்டுக்கு அழைத்தான். நளன் பொதுவாய் அத்தகைய அழைப்பை மறுத்து விடுவான். ஆனால் இந்த முறை, அவன் தன் மனதில் காலீயின் செல்வாக்கின் கீழ் அதை ஏற்றுக்கொண்டான்.

‘தமயந்தி தன் கணவனின் முடிவில் அதிருப்தி அடைந்தாள். மனதை மாற்றும்படி அவள் நளனிடம் சொல்லிக்கொண்டே இருந்தாள். ஆனால் அவன் மறுத்துவிட்டான்.

‘நேரம் வந்ததும் ஆட்டம் தொடங்கியது.

‘முதலில் நளன் தன் படையைப் பந்தயம் கட்டினான். தோற்றபோது, அடுத்துத் தன் செல்வம் அனைத்தையும் சூதாடி இழந்தான். மூன்றாவது சுற்றில் தனது நாட்டைப் பறிகொடுத்தான். காலீ, நடந்ததைக் கண்டு, தான் சாதித்து விட்டதாய் எண்ணி நளனின் மனதையும் உடலையும் விட்டுச் சென்றார். நளனுக்கு இனி இழப்பதற்கு எதுவும் இல்லை என்று தெரிந்தும், புஷ்கரன் வெட்கமின்றி, தன் சகோதரனிடம், “இப்போது நாடு என்னுடையது. கிளம்பு. இனிமேல் நீங்கள் இங்கு வரவேற்கப்பட மாட்டீர்கள்,” என்று இழிவாய்ப் பேசினான்.

'பின்னர் தமயந்தி தனது இரண்டு குழந்தைகளையும் அவளுடைய பெற்றோர் வீட்டிற்கு அனுப்ப கூரறிவுடன் ஏற்பாடு செய்தாள்.

'விரக்தியடைந்த நளன் சொன்னபடியே செய்ய வேண்டும் என்று அறிந்தான். இந்தத் திருப்பத்தைப் பற்றி அவனது குடிமக்கள் துன்புற்றனர். ஆனால் அவர்களின் புதிய அரசரான புஷ்கரனை எதிர்த்து நிற்க முடியாது என்று அவர்களுக்குத் தெரியும்.

'நளன் தமயந்தியிடம் அவளது தந்தையின் வீட்டிற்குத் திரும்பிச் செல்லும்படி கூறினான். அங்கே அவள் வசதியாய் வாழ இயலும் என்று எண்ணினான். ஆனால், அவள் மறுத்துவிட்டாள். அவள் அவனுடன் இருந்து வாழ வலியுறுத்தினாள். எனவே, தம்பதியினர் நாட்டை விட்டு வெளியேறி, அருகிலுள்ள காட்டிற்குச் சென்றனர். தான் செய்தது தவறு என்று நளனுக்குத் தெரியும். தமயந்தி இளவரசியாயும் அரசியாயும் இருந்தவள். இங்கே அவனுடன், உணவு இல்லாமல் காட்டில் அலைந்து திரிகின்றாள். ஒரு சில நாட்கள் கணவனும் மனைவியும் தண்ணீரை மட்டுமே குடித்து உயிர் பிழைத்தனர்.

'ஒரு நாள், சில பறவைகள் தரையில் துள்ளுவதை நளன் பார்த்தான். பறவைகளைப் பிடித்து விற்க முடிவு செய்தான். இந்த வழியில், அவன் தனது மனைவிக்கு உணவு வாங்க சிறிது பணம் சம்பாதிக்க முடியும். அதனால், அவன் ஆடைகளை அவிழ்த்து, வலையைப் போல் பறவைகள் மீது எறிந்தான். அவன் திகைக்கும் வண்ணம், அப்பறவைகள் தங்கள் அலகுகளால் ஆடைகளைப் பிடித்து, அத்துடன் பறந்து சென்றன. இப்போது ஏழை நளனுக்கு ஆடை இல்லாது போனது!

'தமயந்திக்குத் தெரிந்ததும், அவள் பயங்கரமாய் உணர்ந்து, நளனுக்கு, குறைந்த பட்சம் தன்னை மறைப்பதற்கு, அவளது புடவையின் பாதியை அவனுக்குக் கொடுத்தாள்.

'ஒன்றாய், அவர்கள் மூன்று சாலைகளின் சந்திப்பு குறுக்கே வரும் வரை நடந்தனர்: ஒன்று உஜ்ஜைனிக்கு, ஒன்று விதர்பாவிற்கு மற்றும் ஒன்று அயோத்திக்கு.

'நளன் மீண்டும் தன் மனைவியை அவளுடைய தாய் வீட்டிற்குச் செல்லும்படி சம்மதிக்க வைக்க முயன்றான். "நீ சில காலம் ஏன் உன் பெற்றோருடன் இருக்கக்கூடாது? நம் குழந்தைகளும் அங்கே இருக்கிறார்கள். உனக்கும் வசதியாய் இருக்கும். நமது நாட்டைத் திரும்பப் பெறுவதற்கான வழியை நான் கண்டு பிடிக்கிறேன். நான் தயாரானதும் உங்களை அழைத்துக் கொள்வேன் என்று உறுதியளிக்கிறேன்.»

"'உங்களை நீங்கள் கவனித்துக் கொள்ளும்படி இங்கே காட்டில் விட்டுவிட்டு நான் எப்படிச் செல்வேன்? கடினமான காலங்களில் கணவனுக்கு மனைவி தேவை. நான் பசி, தாகம், கவலை மற்றும் வேலை என்று அனைத்திலும் உங்களுடன் இருக்க விரும்புகிறேன். நல்லது கெட்டது எல்லாவற்றையும் பகிர்ந்து கொள்வோம்," என்று கனிவுடன் கூறினாள்.

'நளன் மௌனமானான்.

'இன்னும் கொஞ்சம் நடந்த பிறகு, தம்பதியர் ஓய்வெடுக்க முடிவு செய்தனர். ஒரு மர நிழலின் கீழ், சோர்வடைந்த தமயந்தி விரைவில் தூங்கிவிட்டார்.

'நளன் துக்கத்தில் மூழ்கினான். அவனுக்கு மனைவி எப்படி நான்கு கடவுள்களை நிராகரித்து, தன்னை மணந்தது நினைவிற்கு வந்தது. இப்போது, அவன் தனது மனைவியை இவ்வளவு பரிதாபமான நிலைக்கு, கொண்டு வந்துவிட்டான்! அவன் அமைதியின்றி தவித்தான். அவன், "நான் அவளை என்னுடன் அழைத்துச் சென்றால், யாருக்குத் தெரியும் இது எங்கே முடியும்? அவள் இன்னும் துன்பப்படலாம். அவளை அந்த நிலையில் என்னால் பார்க்க இயலாது. இது அவளுடைய தவறு அல்ல; அவள் இதற்குத் தகுதியானவள் இல்லை. அவளை இந்த நேரத்தில் இங்கே விதர்ப நாட்டிற்குச் செல்லும்படி விட்டுவிடுவதே எனக்குச் சிறந்த வழியாய்த் தோன்றுகிறது. அவள் எழும்போது நான் இல்லை என்றால், அவளுக்குத் தன் பெற்றோரிடம் செல்வதைத் தவிர வேறு வழியில்லை," என்று நினைத்தான்.

'கனத்த இதயத்துடன், நளன் தன் அழகிய மனைவியை மரத்தடியில் உறங்கி விட்டு, வேகமாய் நடந்து அவ்விடத்தை விட்டு நகர்ந்தான்.

'தமயந்தி கண்விழித்தபோது நளன் எங்கும் காணப்படவில்லை. அவள் அவனைத் தேடினாள். இறுதியில் அவன் என்ன செய்தான் என்று உணர்ந்தாள். அவள் அழுது புலம்பினாள். அவனைக் கண்டுபிடிக்கும் நம்பிக்கையில், ஆழ்ந்த காட்டுக்குள் நடந்தாள். திடீரென்று ஒரு மலைப்பாம்பு அவள் மீது பாய்ந்தது, அவளைச் சுற்றிக் கொள்ள தொடங்கியது. விரக்தியில், தமயந்தி உதவிக்காய் கூக்குரலிட்டாள். நல்வாய்ப்பாய், அவள் அலறல் சத்தம் கேட்டு அருகிலிருந்த வேட்டையாடுபவர்களின் குழு வந்து, மலைப்பாம்பிடமிருந்து அவளை மீட்டனர்.

'பின்னர், அவளுடைய அவல நிலையை அவர்கள் புரிந்துகொள்ள, அவள் வேட்டையாடுபவர்களிடம் தன் கதையைச் சொன்னாள். அவள்

திகைக்கும் வண்ணம், அவளுடைய கவர்ச்சியான அழகில் மயங்கினான் வேடர்களின் தலைவன். அவள் தீவிரமாய், "கடவுளே, என் கணவர் மீது நான் கொண்ட அன்பு உண்மை என்றால், என் முன்னால் நிற்கும் இந்த மனிதனைச் சபிக்க என்னை அனுமதியுங்கள். அவன் உயிரோடு எரிக்கப்படட்டும்!" என்று வேண்டினாள்.

'அந்த வார்த்தைகளால், வேட்டையாடுபவர்களின் தலைவன் திடீரென்று தீப்பற்றி இறந்தான். சாட்சியாய் இருந்த மற்ற வேட்டைக்காரர்கள் நடந்ததைக் கண்டு ஓட்டம் பிடித்தனர்.

'குறிக்கோள் இன்றி, தமயந்தி மீண்டும் காடுகளின் வழியாய் அலையத் தொடங்கினாள். நேரம் சென்றதை உணரவில்லை.

"'ஒரு நாள், அவள் காடு வழியாய் ஒரு வணிக வண்டியை எதிர்கொண்டாள். வண்டி நின்றது. ஒரு மனிதன் கேட்டான், «ஓ உன்னதப் பெண்ணே! நீங்கள் நலமா? நீங்கள் இங்கே காட்டில் என்ன செய்கிறீர்கள்?»

'தமயந்தி பதில் சொல்லவில்லை.

'அந்த மனிதன், "இந்தக் காடு மிருகங்களாலும் பாம்புகளாலும் நிறைந்திருக்கிறது. எங்கள் குழு சேதி நாட்டிற்குச் செல்கிறது. எங்களோடு வாருங்கள். அங்கே நீங்கள் செய்ய ஏதாவது ஒன்றை நாங்கள் கண்டுபிடிப்போம்.'

'ஒரு வார்த்தை கூடப் பேசாமல், தமயந்தி ஏறினாள். குழுவுடன் வண்டி முன்னோக்கிப் பயணித்தது. நாட்கள் கடந்தன என்றாலும், அவள் ஒரு அரசியின் நிலையை வெளிப்படுத்தவில்லை. எல்லாவற்றையும் சூதாடிய தன் கணவனைப் பற்றியும் அவர்களுக்குக் கூறவில்லை.

'ஒரு துரதிஷ்டமான இரவில், அந்தக் குழு ஒரு ஏரிக்கு அருகே தங்கள் கூடாரங்களை அமைத்தது. சில மணி நேரம் கழித்து, யானைகளும் காட்டு விலங்குகளும் வெறித்தனமாய் வந்து, கூடாரங்களை அழித்து, பலரைக் கொன்றன. உயிர் பிழைத்த ஒரு சிலரில் தமயந்தியும் ஒருத்தி. அவள் இப்போது முழுமையான அதிர்ச்சியில் இருந்தாள் - அவளையும் அவளைச் சுற்றியுள்ள மக்களையும் துரதிர்ஷ்டங்கள் தொடர் போல் வேகமாய் அடுத்தடுத்துத் தாக்கியது. «ஒருவேளை நான் கடவுளர்களைக் கேட்காததற்காய் தண்டிக்கப்படுகிறேன்," என்று அவள் நினைத்தாள்.

'அவளுடைய கருத்தை ஊர்ஜிதம் செய்வது போல், குழுவில் சிலர் அவளை ஒரு கெட்ட சகுனம் என்று குறிப்பிடத் துவங்கினர். ஆனாலும், வண்டியில் அவளை அழைத்துச் சென்றார்கள், சேதி நகரம் வரை.

'தலைநகரில், அவள் துயரத்தில் இருக்கும் ஒரு பெண்ணாய், அரசத்தாய்க்கு அறிமுகப்படுத்தப்பட்டாள். அரசத்தாய் அவளிடம் கருணை காட்டினார். «உன்னால் என்ன வேலை செய்ய முடியும்?» என்று அவர் கேட்டார்.

'"நான் இளவரசிக்குப் பணிப்பெண்ணாகவோ அல்லது சைரந்திரியாகவோ இருக்க முடியும்» என்று தமயந்தி பதிலளித்தாள்.

'அரசத்தாய் தலையசைத்தார். தமயந்திக்கு இறுதியாய் ஒரு தற்காலிக வீடு கிடைத்தது.

'நேரம் சென்றது, தமயந்தி தொடர்ந்து கடவுளர்களை வேண்டி கொண்டாள். தன் பெற்றோர் தன் குழந்தைகளை நன்கு கவனித்துக் கொள்வார்கள் என்பது அவளுக்குத் தெரியும். ஆனால் அவள் தன் கணவனைப் பற்றித் தொடர்ந்து கவலைப்பட்டாள்.

'இதற்கிடையில், மரத்தடியில் தூங்கும் தமயந்தியை விட்டுவிட்டுச் சென்ற நளன், தனது சொந்த சவால்களை எதிர்கொண்டான். மற்றொரு காட்டில் அவன் அலைந்து திரிந்தான். அங்கு அவனைச் சுற்றி தீ இருக்க ஒரு பாம்பிடம் சிக்கிக் கொண்டான்.

'நளனுக்கு அழுகைச் சத்தம் கேட்டது. பாம்பு அவனைப் பார்த்துச் சொன்னது. "என் பெயர் கார்கோடகன். நான் இங்கே இந்தத் தீ வட்டத்திற்குள் சிக்கிக்கொண்டேன். தயவுசெய்து எனக்கு உதவுங்கள்.'

'நளன், இரக்கமுள்ளவனாய், உதவி செய்ய விரைந்தான். அவன் கார்கோடகனைத் தன் தோள்களில் சுமந்து நெருப்பின் வட்டத்திற்கு வெளியே அழைத்து வந்தான்.

'திடீரென்று கார்கோடகன் அவனைக் கடித்தது. நளன் உடனே அழகற்ற ஒரு குள்ள உயிரினமாய் மாறினான். அவன் வருத்தம் அடைந்தான். "என்னை என்ன செய்தாய்? கடினமான சூழ்நிலையில் உங்களுக்கு உதவிய ஒருவருக்கு நீங்கள் ஏன் இப்படிச் செய்தீர்கள்? நீங்கள் ஒரு கேவலமாவர், நன்றி கெட்டவர்.»

'"நான் உன்னைக் கடித்து உன்னை அழகற்றவனாய் ஆக்கி விட்டேன் என்பதற்காய் தயவு செய்து என்னைத் திட்டாதீர்கள்" என்றது பாம்பு. «நான் இதை ஒரு நோக்கத்திற்காய் செய்தேன். நீங்கள் ஒரு பரிதாபமான நிலையில் இருக்கிறீர்கள், இந்த வழியில், உங்களை யாராலும் அடையாளம் கண்டுகொள்ள முடியாது. கவலைப்பட வேண்டாம். ஒரு கட்டத்தில் உங்களின் அசல் வடிவத்திற்கு மீண்டும் மாறுவதற்கு, உங்களால் முடியும்.»

'நளன் அமைதியாய் இருந்தான். "ஒருவேளை கார்கோடகனின் வார்த்தைகளில் சில உண்மை இருக்கலாம். எதிர்காலம் என்ன கொண்டு வரும் என்று யாருக்குத் தெரியும்?" என்று அவன் நினைத்தான்.

'இருவரும் பிரிந்தனர். நளன் ரிதுபர்ணன் ஆட்சி செய்யும் அயோத்தியின் பாதையை எடுத்தான்.

உத்தரகண்ட் மாநிலத்தில் பீம்டால் அருகே பாம்பு அல்லது நாக் கோயில் உச்சியில் அமைந்த கார்கோடக மலை என்று ஒரு இடம் உள்ளது. இவ்விடம் கார்கோடகன் நளனைச் சந்தித்து, வாழ்க்கையின் கடினமான காலகட்டத்தை அவன் கடக்க உதவும் பொருட்டு, கடித்த இடமென நம்பப்படுகிறது. பாம்புகளிடம் இருந்து பாதுகாப்பு பெற கார்கோடகம் கடவுளை வழிபடுவதாய் நம்பும் பயணிகள், இந்தப் புனித ஆலயத்திற்கு, அடிக்கடி செல்கிறார்கள்.

'நளன் தன் பெயரைப் பாகுகா என்று மாற்றிக் கொண்டு இறைப்பற்றுடைய ரிதுபர்ணனின் அவைக்குச் சென்றான். «என் பெயர் பாகுகா, ஐயா» என்றான் நளன். «நான் ஒரு சிறந்த சமையல்காரன். மிகக் குறைந்த நேரத்தில் உங்களுக்காய் மிகவும் சுவையான உணவை என்னால் செய்ய முடியும்.» சமையலுக்கு நெருப்பு, காற்றும் நீரும் தேவை என்பதால் அவனுக்கு அக்னியின், வாயுவின் வருணனின் ஆசிகள் இருப்பதை அறிந்து இருந்ததால் அவ்வாறு செய்ய நளனால் முடிந்தது.

'ரிதுபர்ணன் நளனின் சமையலை ருசித்துப் பார்த்து அவனது வார்த்தைகளில் உண்மை இருந்ததை உணர்ந்தார். அதனால் நளன் ரிதுபர்ணனின் அரச சமையலறைக்குத் தலைமைச் சமையல்காரராய் பணியமர்த்தப்பட்டான்.

'இவ்வாறு தமயந்தியும் நளனும் ஒருவருக்கொருவர் இருக்கும் இடம் அறியாமல் பிரிந்து வாழ்ந்தனர். இதற்கிடையில், கடந்து செல்லும் ஒவ்வொரு நாளும், தமயந்தியின் பெற்றோர் தங்கள் மகளைப் பற்றி மேலும் கவலைப்பட்டுக் கொண்டிருந்தனர். நளன் தன் நாட்டை இழந்து, அந்த இணை கரந்துறை வாழ்க்கைச் செய்வதை அவர்கள் அறிந்திருந்தனர். தமயந்தியிடம் இருந்து எந்த செய்தியும் இல்லாததால், அவளைத் தேட வீரர்களை நாலாபக்கமும் அனுப்பினர். அந்த இணையரைக் கண்டறிய உதவியாய் இருக்க, மதிப்புமிக்க தகவல்களை வழங்குபவர்களுக்கு அவர்கள் வெகுமதியையும் அறிவித்தனர்.

'தேடல் குழு உறுப்பினர்களில் ஒருவனான சுதேவா, சேதி பக்கம் சென்றான். அங்குத் தமயந்தி இளவரசிக்குப் பணி செய்து கொண்டிருப்பதைக் கண்டான். வாய்ப்புக் கிடைத்தவுடன், அவளைச் சந்தித்தான். "ஓ எங்கள் அரசியே, நீங்கள் இங்கே பணிப்பெண்ணாய் இருந்த போதும், என்னால் உங்களை அடையாளம் காண முடிகிறது.'

'தமயந்தி தன் குழந்தைகளின் பெற்றோரின் நலம் குறித்து, கவனத்துடன் விசாரித்தாள்.

'பின்னர், அரசத்தாய்க்கும் சுதேவாவிற்கும் முன்னிலையில், தமயந்தி அவைக்கு அழைக்கப்பட்டார். அரசத்தாய் புன்னகைத்தார். "ஓ தமயந்தி! நீ என் மருமகள்! நான் உன் திருமணத்திற்கு வரவில்லை, உன்னை மிக நீண்ட காலம் பார்த்ததும் இல்லை. நீ எங்களுடன் தங்கியிருந்தாலும், நான் உன்னை அடையாளம் காணவில்லை என்பதற்கு மன்னிப்பு கேட்டுக்கொள்கிறேன். உன்னை ஒரு சைரந்திரி போல நடத்தியதற்கு, தயவுசெய்து என்னை மன்னித்துவிடு. நீ விரும்பியபடி எவ்வளவு காலம் வேண்டுமானாலும் எங்களுடன் இரு," என்று கூறினார்.

'"தயவுசெய்து, என் அன்பான அத்தையே! நீங்கள் இத்தனை வருத்தப்பட வேண்டிய அவசியம் இல்லை. இவை கடினமான காலங்களில் நடப்பவை. நீண்ட காலமாய், நான் என் கணவர் இல்லாமல் என் தாய் வீட்டிற்குச் செல்ல விரும்பவில்லை. ஆனால் என் பெற்றோர் என்னைப் பற்றி எவ்வளவு கவலைப்படுகிறார்கள் என்பதை இப்போது நான் உணர்கிறேன். எனக்கு இன்னும் என் கணவர் எங்கே இருக்கிறார் என்று தெரியவில்லை. இந்த நேரத்தில், என் பெற்றோருடனும் குழந்தைகளுடனும் நான் சென்று வாழ விரும்புகிறேன்."

'அரசத்தாய் தமயந்திக்குப் பல பரிசுகளைப் பொழிந்தார். சுதேவாவுக்கு ஏராளமான தங்கம் வெகுமதியாய் அளிக்கப்பட்டது.

'விரைவில், தமயந்தி தன் பெற்றோர் வீட்டை அடைந்தாள். அவள் தன் குழந்தைகளுடன் மீண்டும் இணைந்தாள். ஆனால் மகிழ்ச்சியற்றவளாகவே இருந்தாள். அவளுக்கு அவள் கணவன் வெளியே எங்கோ இருக்கிறான் என்று தெரியும். எனவே, அவள் அவரைத் தேட தூதுவர்களை, எதிர்ப்பட்டவர்களிடம் ஒரு குறிப்பிட்ட கேள்வியை, கேட்குமாறு கூறி அனுப்பினாள்: எப்படி ஒரு ஆண் தனது மனைவியைக் காட்டின் நடுவில் விட்டுவிட்டுச் சென்று, தன்னை மறைக்க அவளது புடவையில் பாதியைப் பயன்படுத்தி, பின்னர் அவளது பாதுகாப்பை நினைக்காமல் விட்டு விடமுடியும்? அவர் பொறுப்பற்ற கணவன் இல்லையா?

'அவள் பல பதில்களைப் பெற்றாள். ஏறக்குறைய அனைவரும் சொன்னார்கள், "ஆம், கணவர் பொறுப்பற்றவர்."

'ஆனால் ஒரு இயல்பற்ற பதில் அவள் கண்ணில் பட்டது. வந்தது ரிதுபர்ணனின் நாட்டிலிருந்து. அதில், "அது விதியால் விளைந்தது: மனைவி தன் கணவனின் நோக்கத்தைப் புரிந்து கொண்டால், அவனை மன்னிப்பாள். அவன் தனது மனைவிக்காய் இதைச் செய்து இருக்க வேண்டும், அவளுடைய பெற்றோரால் கவனித்துக் கொள்ளப்படுவார் என்பதற்காக.»

'மேலும், தூதர்கள், "நாங்கள் செய்தியுடன் சென்றபோது ரிதுபர்ணனின் அரண்மனையில், அரசரின் நம்பிக்கைக்குரியவருமான சமையலறையின் பொறுப்பாளருமான பாகுகாவைச் சந்தித்தோம். அவர் செய்தி எங்கிருந்து வந்தது என்று விசாரித்தார். அது இளவரசி தமயந்தியிடம் இருந்து வந்தது என்று அறிந்து, அவர் கண்கள் கண்ணீருடன் நிரம்பியது. அவர் உங்கள் நலனைப் பற்றியும் குழந்தைகளின் நலனைப் பற்றியும் கேட்டார்," என்று கூறினர்.

'தமயந்தி தூதர்களிடம், "பாகுகா எப்படி இருந்தார்? அழகாய் இருந்தாரா?"

""அரசியே, அவர் குள்ளமாய் இருந்தார். நாங்கள் பார்த்ததிலேயே மிகவும் அழகற்றவராய் இருந்தார்" என்ற பதில் கிடைத்தது." தமயந்தி திகைத்தாள், அவள் தன் கையை அசைத்து, தூதர்களைச் செல்லுமாறு கை காட்டினாள்.

'நீண்ட நேரம், தமயந்தி இத்தகவலைப் பற்றி ஆலோசித்தாள். பாகுகா என்பவர் நளனைத் தவிர வேறு யாரும் இல்லை என்று அவளது உள்ளுணர்வு சொல்லியது. ஆனால் அவள் அவனது தோற்றத்தின் விளக்கத்தினால் சற்றே தயங்கினாள். இறுதியாய், அவள் ஒரு திட்டத்தை வகுத்தாள்.

'அரசர் ரிதுபர்ணன் ஒரு திறமையான பகடை வீரர். பாகுகா அவரது முதல் நெருங்கிய வட்டத்தில் இருந்தார். அத்துடன் அரசருடன் கூடுதல் நேரம் இருப்பவராய் இருந்தார். அவரிடமிருந்து பகடை விளையாட்டையும் கற்றுக்கொண்டார். ரிதுபர்ணன் ஒரு மரத்தின் இலைகளின் எண்ணிக்கையை எண்ணுவதில் சிறந்தவராய் திகழ்ந்தார். பாகுகா தேர் சவாரி செய்வதில் திறமையானவன். காலப்போக்கில், அவர்கள் பல்வேறு திறன்களை ஒருவருக்கொருவர் கற்றுக்கொண்டனர்.

'இப்போது தமயந்தி பாகுகா பற்றிய செய்திகளுக்காய் தன் காதுகளைத் திறந்து வைத்திருந்தாள். அவள் சமையலில் புகழ் பெற்ற

ரிதுபர்ணனின் அரசவையிலிருந்த குள்ளனைப் பற்றியும் தேர் சவாரி பற்றியும் மேற்படி தகவல்களை அடிக்கடி பெற்றாள்.

'ஒரு நன்னாளில், அவள் தனது திட்டத்தைச் செயல்படுத்த முடிவு செய்தாள். விவரங்களைத் தன் தந்தையிடம் பகிர்ந்து கொண்டாள். "தந்தையே, என் இரண்டாவது சுயம்வரம் நாளை காலை இருக்கிறதென்று ரிதுபர்ணனின் அரசவைக்கு, அரசருக்குக் கூற ஒரு தூதுவனை அனுப்புங்கள். அவர் பாகுகா உடன் வந்தால், அங்கிருந்து என்ன செய்வது என்பதை நான் பார்த்துக் கொள்கிறேன்" என்றாள்.

'அரசரால் அதை ஏற்றுக்கொள்ள முடியவில்லை. இருப்பினும், அவர் மகளின் அறிவை நம்பி, ரிதுபர்ணருக்குச் செய்தியை அனுப்ப முடிவு செய்தார்.

'ரிதுபர்ணன் தமயந்தியின் அழகைக் கேள்விப்பட்டு இருந்தான். அழைப்பிதழைப் பெறுவதில் பரவசம் அடைந்தான். "அவர்கள் முன்னதாய் எனக்குத் தெரிவித்திருந்தால், நான் நிச்சயமாய் கலந்துகொண்டிருப்பேன். நான் எப்படி நேரத்தில் சுயம்வரத்திற்குச் சென்று சேர முடியும்?" அவர் வாய்விட்டுக் கூறி திகைத்தார். திடீரென்று, அவர் தனது நம்பிக்கைக்குரிய நபரைத் தேடினார். "ஓ பாகுகா, நீ என் கடைசி முயற்சி. என்னை அங்குச் சீக்கிரம் அழைத்துச் செல்ல முடியுமா? நாம் நம் வேகமான குதிரைகளையும் எனது சிறந்த தேரையும் எடுத்துச் செல்லலாம்," என்றார்.

'நளன் தனது மனைவியின் இரண்டாவது திருமணத்தைப் பற்றிய இந்தச் செய்தியைக் கேட்டதும் மிகவும் மனவேதனை அடைந்தான். ஆனால் அவனால் தன் எஜமானருக்கு மறுப்பு தெரிவிக்க இயலவில்லை. அவன் கனமான இதயத்துடன், விதர்ப நாட்டு பயணத்திற்கு ஆயத்தமானான். விரைவில், இருவரும் புறப்பட்டனர்.

'ரிதுபர்ணனும் பாகுகாவும் விதர்ப நாட்டை அன்று மாலையே அடைந்தனர். சேதியின் அரசன் அழகற்ற குள்ளனுடன் வந்திருப்பதை, தமயந்தி அறிந்ததும், நாட்டை எத்தனை வேகமாய் வந்து அடைய தன்னுடைய கணவரைத் தவிர வேறு ஒருவராலும் இயலாது என்பது அவளுக்குத் தெரியும்.

'தனது எண்ணத்தை மேலும் சோதிக்க, அவள் தனது குழந்தைகளை, பாகுகாவைச் சந்திக்க அனுப்பினாள். நளன் அவர்களை ஆரத்தழுவி அழுதான். அதே இரவு, பாகுகாவைத் தனக்குச் சமைக்கும்படி அறிவுறுத்தி ஒரு செய்தியை அனுப்பினாள். அவள் உணவுகளைச் சுவைத்தபோது, அவள் கணவனின் கைவண்ணத்தை அடையாளம் கண்டுகொண்டாள்.

குள்ளன் உண்மையில் அவளுடைய கணவன் என்பதை உடனடியாய் அறிந்து கொண்டாள்.

'ஆனால் அவன் ஏன் மிகவும் வித்தியாசமாய் இருக்கிறான் என்று தமயந்தி யோசித்தாள். எனவே, அவள் தன் குழந்தைகளை அழைத்துக்கொண்டு பாகுகாவை முதல் தடவை தரிசிக்கச் சென்றாள். பாகுகாவின் விதி வழி காலம் முடிந்துவிட்டது என்பதை அறிந்தது போல, நளன் தனது அசல் வடிவத்திற்குத் திரும்பினான். குடும்பம் மீண்டும் இணைந்தது.

'இருவரும் சேர்ந்து ரிதுபர்ணரிடம் சென்றனர். அவரிடம் தமயந்தி அனுப்பப்பட்ட தவறான செய்திக்கு மன்னிப்பு கேட்டாள். பாகுகாவின் உண்மையான அடையாளம் பற்றி அரசர் அறிந்ததும், நளனின் நட்பைப் பெற்றதையும் நேர்மையான சேவையையும் பெருமையாய் உணர்ந்தார்.

'சிறிது காலம் கழித்து, நளன் மீண்டும் நிசாத நாட்டிற்குச் சென்றான். தனது சகோதரனுடன் மற்றொரு பகடை விளையாட்டை விளையாடினான். புஷ்கரனைத் தோற்கடித்து, இறுதியாய், தனது நாட்டை வென்றான். அவனது மீதமுள்ள நாட்களை நிம்மதியாய் வாழ்ந்தான்.

கதையின் முடிவில் யுதிட்டிரன் ஆழ்ந்த பெருமூச்சு விட்டான். முனிவர் என்ன கற்பிக்கிறார் என்பது அவனுக்குப் புரிந்தது - வாழ்க்கையில் ஒவ்வொருவரும் அவரவர் சவால்களை எதிர்கொள்கின்றனர். தமயந்தியைப் போல, ஒரு தனி நபர் இந்தச் சிரமங்களைப் பொறுமையையும், நெஞ்சுரத்தையும் அறிவையும் கொண்டு வெல்ல முடியும்.

இன்றும் கூட, ஒரு மனிதனின் நல்ல சமையல் என்பது பெரும்பாலும் நளனின் சமையலுடன் ஒப்பிடப்படுகிறது. நளபாகம் என்று குறிப்பிடப்படுகிறது. தமயந்தியின் பெயரை உச்சரித்தாலே ராஜா ரவி வர்மாவின் புகழ்பெற்ற ஓவியமான அன்ன (ஹம்ச) தமயந்தி, தமயந்தி தங்க அன்னத்துடன் பேசுவதைச் சித்தரிக்கும் காட்சியை நினைவுபடுத்தும்.

# திருமணப் பரிசாய் மாறிய இளவரசி

பழங்காலத்தில் தேவர்களுக்கும் அசுரர்களுக்கும் இடையே நடக்கும் போர்கள் ஒரு வழக்கமான நிகழ்வு.

தேவர்களின் குருவான பிருகஸ்பதி, அறிவுக்குப் புகழ் பெற்றவர். அவர் ஓர் அறிவார்ந்த அழகான மற்றும் கீழ்ப்படிதலைக் கொண்ட மகன் கச்சனை பெற்றிருந்தார். இதற்கிடையில், அசுரர்களின் குரு சுக்ராச்சாரியார், மிகவும் கூர்மையானவர், அறிவாளி மற்றும் குறுகிய மனப்பான்மைக் கொண்டவர்.

அசுரர்கள் கொல்லப்பட்ட போதெல்லாம், சுக்ராச்சாரியார் சஞ்சீவனி என்ற சிறப்பு மந்திரத்தைப் பயன்படுத்தி, அவர்களை மீண்டும் உயிர்ப்பித்து விடுவார். இதன் விளைவாய், கிட்டத்தட்ட எல்லா சந்திப்புகளிலும் அசுரர்கள் வெற்றி பெறத் தொடங்கிய காலம் வந்தது. எவ்வளவு கடினமாகவும் வீரத்துடனும் போர் செய்தாலும், பிரகசுபதியிடம் சஞ்சீவனி மந்திரத்திற்குத் தேவையான அறிவு இல்லாத காரணத்தால், தவிர்க்க முடியாமல் தோற்றனர்.

நிலையான, கணிசமான இழப்புகளுக்குப் பிறகு, கடவுள்கள் விரக்தியடைந்து ஒரு கூட்டத்தைக் கூட்டினர். அங்கே ஒரு முடிவு எடுக்கப்பட்டது. உடன் சுக்ராச்சாரியாரின் ஆசிரமத்திற்குக் கச்சனை அனுப்பி, அவருக்குச் சேவை செய்யும் சாக்கில், உயிர்ப்பிக்கும் மந்திரமான சஞ்சீவினி மந்திரத்தைக் கற்றுக் கொண்டு வரும் அடிப்படை பணியுடன் செல்ல வேண்டும் என்பதே. தேவர்கள் கச்சனுக்கு, 'மந்திரத்தைக் கற்க என்ன செய்ய வேண்டுமோ அதைச் செய். நமது இனத்தின் உயிர்வாழ்வு அதைச் சார்ந்திருக்கிறது,' என்று அறிவுறுத்தினர்.

கச்சன் சம்மதித்து, தன் இலக்கை நோக்கிப் புறப்பட்டான்.

அவன் சுக்ராச்சாரியாரின் ஆசிரமத்தை அடைந்ததும், பெரும் குருவை வணங்கி அவரிடம், 'குருவே, நான் கச்சன், பிருகசுபதியின் மகன். உங்கள் மாணவராய் இருந்து உங்களுக்குச் சேவை செய்ய வேண்டும் என்ற தீவிர ஆசை எனக்கு உள்ளது. என்னைச் சீடனாய்

ஏற்றுக் கொள்ளுங்கள். நான் ஒருபோதும் உங்கள் மீது எந்தக் குறையும் சொல்ல மாட்டேன்,' என்று கெஞ்சிக் கேட்டான்.

குரு சுக்ராச்சாரியார் அறிவார்ந்தவர். அவர் கச்சன் தன்னிடம் எதற்காக வந்திருக்கிறான் என்பதைப் புரிந்து கொண்டார். ஆனால் அந்த நாட்களில், தகுதியான அவருக்குச் சேவை செய்யத் திரும்பும் நேர்மையான மாணவனை ஏற்றுக்கொள்வது ஒரு ஆசிரியரின் கடமை. சுக்ராச்சாரியார், 'என்னால் கச்சனை என் மாணவனாய் எளிதாய் ஏற்றுக்கொள்ள முடியும். எல்லாவற்றிற்கும் மேலாய், அவனுக்கு எது ஏற்றது என்று எனக்குத் தோன்றுகிறதோ அதை மட்டுமே என்னால் கற்பிக்க முடியும்,' என்று எண்ணினார்.

அவனது வார்த்தைக்கு உண்மையாய், கச்சன் தனது குருவிற்கு நன்றாய் சேவை செய்தான். சுக்ராச்சாரியார் அவனுக்குப் பல திறன்களைக் கற்றுக் கொடுத்தார், ஆனால் சஞ்சீவனி மந்திரத்தைக் கற்றுக் கொடுப்பதால் ஏற்படும் விளைவுகளை அறிந்து, அதை மட்டும் கற்றுக் கொடுக்காமல் விடுத்தார்.

சுக்ராச்சாரியாருக்கு தேவயானை என்ற அழகான மகள் இருந்தாள். கண்ணின் மணியாய் இருந்தவள். பல ஆண்டுகளுக்கு முன்பு, அவளது தாயின் மரணத்தின் விளைவாய், அவள் தனது தந்தையுடன் நெருங்கிய பந்தத்தை வளர்த்துக் கொண்டாள். ஆனால் அவள் அடிக்கடி தனிமையை உணர்ந்தாள்.

கச்சனின் வருகையால் தேவயானைக்கு, தன் வயதிற்கு நெருக்கமான வயதுடைய தோழன் கிடைத்ததற்காய் மகிழ்ச்சி ஏற்பட்டது. அவளது தந்தை அவரது பாடங்கள் அல்லது அரசப் பணிகள் என்று அடிக்கடி பல பணிகளில் இருந்தார். காலப்போக்கில், கச்சன் அவளுக்கு ஒரு அற்புதமான துணை ஆனான். அவள் அவனிடம் அவளுடைய சிறிய ஆசைகள் உட்பட அனைத்தும் சொல்ல துவங்கினாள். அவள் விரும்பியதை அவன் நிறைவேற்றினான். அவள் ஒரு பூவை வேண்டினால், கச்சன் அவள் விவரித்த சரியான பூவை, காட்டிற்குச் சென்று கொண்டு வருவான். அவள் உலா செல்ல விரும்பினால், கச்சன் அவளுடன் செல்வதை உறுதி செய்து கொள்வான். மெல்ல மெல்ல அவள் அவன் மீது காதல் கொண்டாள்.

கச்சனைக் கண்காணித்து வந்த அசுர மாணவர்கள் இத்திருப்பம் குறித்து வருத்தம் அடைந்தனர். கச்சன் ஆசிரமத்தில் இருப்பதற்கான உண்மையான காரணத்தை அவர்கள் சந்தேகித்தனர். ஆனால், தங்கள் ஆசிரியருடன் விவாதிக்க அவர்கள் யாரிடமும் போதிய நெஞ்சுரம் இல்லை.

ஒரு நாள், சுக்ராச்சாரியார் கச்சனை மாடுகளை மேய்க்க அறிவுறுத்தி அனுப்பினார். கிடைத்த வாய்ப்பைப் பயன்படுத்தி, அசுரர்கள் கச்சனைக் கொன்றனர். மாலையில் பசுக்கள் தாங்களாகவே ஆசிரமத்திற்குத் திரும்பின.

இரவு நேரம் ஆனபோதும், கச்சன் தனது ஆசிரியரின் வீட்டிற்குத் திரும்பி வராதபோது, தேவயானை அவனது பாதுகாப்பு குறித்து, கவலைப்பட்டாள். அவள் தன் தந்தையிடம் சென்று மெதுவாய், 'தந்தையே, நான் கச்சனைப் பற்றிக் கவலையாய் இருக்கிறது. அவர் மாடுகளுடன் திரும்பவில்லை. ஏதாவது செய்து அவனைக் கண்டுபிடிக்க, தயவு செய்யுங்கள்,' என்று வணங்கி நின்றாள்.

சுக்ராச்சாரியார் நிமிர்ந்து பார்த்தார். அவள் கண்களில் கண்ணீர். அவர் ஆழ்ந்த தியானம் செய்து, அசுரர்களின் கைத்திறத்தால் கச்சனின் பரிதாபகரமான விதியைப் பற்றி அறிந்து கொண்டார். அவர்களின் சக அசுரர்கள் கச்சனைக் கொன்றனர் என்பதைத் தேவயானையிடம் தெரிவிக்க விருப்பமில்லை. அவர் சஞ்சீவனி மந்திரத்தைப் பயன்படுத்தி, கச்சனை உயிர்ப்பித்து, அவன் பாதுகாப்பாய் வீடு திரும்புவதை உறுதி செய்தார்.

சில நாட்களுக்குப் பிறகு, கச்சனைக் கொல்வதற்கு, அசுரர்கள் இரண்டாவது முயற்சியை மேற்கொண்டனர். இந்த நேரத்தில், அவர்கள் அவனது உடலைக் கிணற்றில் வீசினர். இரகசியமாய், சுக்ராச்சாரியார் கச்சனை மீண்டும் உயிர்ப்பித்தார்.

கோபமடைந்த அசுரர்கள் ஒரு தீய திட்டத்தை வகுத்தனர். அடுத்த முறை அவர்கள் கச்சனைக் கொன்றதும், அவனது உடலை எரித்தனர். சாம்பலைத் தண்ணீரில் கலக்கி, தங்கள் குருவின் குடிநீர் பானையில் அதை நிரப்பினர்.

அன்று மாலை, சுக்ராச்சாரியார் இரவு உணவு சாப்பிட்டுவிட்டு, அவரது பானையிலிருந்து தண்ணீரைக் குடித்தார். அந்தி சாய்ந்து இரவானது. கச்சன் இன்னும் திரும்பவில்லை. வழக்கம் போல் தேவயானை வருத்தத்துடன் அவனைக் கண்டுபிடித்துத் தரும்படி தன் தந்தையிடம் கேட்டாள்.

தியானம் செய்த பிறகு, சுக்ராச்சாரியார் இம்முறை, தேவயானைக்கு உண்மையைச் சொல்ல வேண்டும் என்பதை உணர்ந்தார். எனவே, என்ன நடந்தது என்பதை விளக்கிக் கூறினார். 'என் அன்பு மகளே! கச்சன் இப்போது என் வயிற்றில் இருக்கிறான். அதனால் என்னால் அவனை உயிர்ப்பிக்க முடியாது.'

கண்ணீர் சிந்திய தேவயானை, ‘இல்லை, தந்தையே! அவனை எப்படியேனும் நீங்கள் திருப்பிக் கொண்டு வர வேண்டும்.’

சுக்ராச்சாரியார் தெளிவுபடுத்த முயன்றார். ‘நான் கச்சனை உயிர்ப்பித்தால், அவன் என் வயிற்றிலிருந்து வெளியே வர வேண்டும். நான் இறந்தால் ஒழிய, அவன் உயிருடன் வர இயலாது என்று பொருள். சொல் மகளே! உனக்கு உன் தந்தை வேண்டுமா அல்லது நண்பன் வேண்டுமா? எங்களில் ஒருவர்தான் வாழ முடியும்,’ என்றார்.

‘நீங்கள் இருவரும் உயிருடன் இருக்க வேண்டும் என்று நான் விரும்புகிறேன். தந்தையே, என்னைத் தேர்வு செய்யும்படி கூற வேண்டாம். தயவு செய்யுங்கள். உங்கள் இருவரையும் நான் நேசிக்கிறேன்,’ என்று தேவயானை வலியுறுத்தினாள்.

‘என் அன்பான பெண்ணே! கச்சன் இயல்பான மனிதன் அல்ல. எனக்குச் சேவை செய்ய வேண்டும் என்ற அவனது கோரிக்கையின் காரணம் எனக்குத் தெரியும். அவன் சஞ்சீவனி மந்திரத்தைக் கற்க விரும்புகிறான் என்பதுதான் உண்மை. நாங்கள் இருவரும் வாழ வேண்டும் என்றால், அவன் என் வயிற்றில் இருக்கும் போது, அவனுக்கு மந்திரத்தைக் கற்பிப்பதே ஒரே வழி. அதன் பிறகு, நான் அவனை உயிர்ப்பிப்பேன். ஆனால் இந்தச் செயல்முறையில், நான் இறந்துவிடுவேன். பின்னர் அந்த மந்திரத்தைப் பயன்படுத்தி, அவன் என்னை உயிர்ப்பிக்க வேண்டும். ஆனால் அது மிகவும் ஆபத்தான நடவடிக்கை, தேவயானை. நீ இந்த நடவடிக்கையின் விளைவுகளைப் புரிந்து கொள்ள வேண்டும். இறுதியில் இது அசுரர்களை அழிக்கவும் செய்யும். அது நம் அரசனுக்கு அநீதி செய்ததாகும். நான் கெஞ்சுகிறேன் - தயவுசெய்து கச்சனை மறந்துவிடு.’

ஆனால், மிகவும் பிடிவாதமாய், தேவயானை சொல்வதைக் கேட்க மறுத்தாள். அவள் தந்தையிடம். ‘உங்களை மீண்டும் உயிர்ப்பிப்பதே தவிர வேறு எதற்கும் மந்திரத்தைப் பயன்படுத்த வேண்டாம் என்று கச்சனிடம் சொல்வேன். நான் சொல்வதை அவன் கேட்பான். அவன் செய்வான் என்று எனக்குத் தெரியும். தயவு செய்து அவனை என்னிடம் அழைத்து வாருங்கள்.’

அவரது மகள் மீதான அவரது அளவுகடந்த அன்பு சுக்ராச்சாரியாரைக் குருடாக்கியது. அதற்கு ஒப்புக்கொண்டார். அவர் கணித்தபடியே, குருவைக் கொன்று, சுக்ராச்சாரியாரின் வயிற்றிலிருந்து கச்சன் வெளிப்பட்டான். கச்சன் தனது கடமையை நிறைவேற்றும் வகையில், சுக்ராச்சாரியார் மீண்டும் உயிர்பெறும் வரை மந்திரத்தை உச்சாடனம் செய்து குருவை உயிர்ப்பித்தான்.

இந்த விலைமதிப்பற்ற மந்திரத்தைச் சுக்ராச்சாரியார் வெளிப்படுத்திய இடம் மகாராட்டிர மாநிலத்தில் உள்ள கோபர்கானில் உள்ளது. இங்கு வழக்கப்படி இல்லாமல், நல்ல நாளையும் நேரத்தையும் பார்த்து, திருமணம் செய்வது இல்லாமல், எந்த நேரத்திலும், எந்த நாளிலும் திருமணம் செய்துகொள்ளும் கோயிலும் உள்ளது. இன்றும், கோதாவரி ஆற்றின் இருபுறமும், இரு தரப்புக்கும் இடையே உள்ள பாரம்பரியப் பகையை வெளிப்படுத்தும் வகையில் மக்களுக்கு இடையே நட்பு ரீதியான சண்டை நடக்கும் - ஒரு பக்கம் தேவர்களாயும், மற்றொரு பக்கம் அசுரர்களாயும் உடை அணிந்து கொள்வார்கள்.

இப்போது தேவயானை தனது வாழ்க்கையில் இரண்டு ஆண்களையும் பாதுகாப்பாகவும் நலமுடனும் பெற்றதில் மகிழ்ச்சியடைந்தாள்.

ஆனால் இந்தச் சம்பவத்துடன், கச்சனின் பணி முடிந்தது. மேலும் அவன் ஆசிரமத்தை விட்டு வெளியேற வேண்டும் என்பது அவனுக்குத் தெரியும்.

மறுநாள் தேவயானை கச்சன் அங்கிருந்து கிளம்புவதை உணர்ந்தாள். அவள் திடுக்கிட்டு 'ஓ கச்சன்! நீ ஏன் கிளம்புகிறார்?' என்று கேட்டாள்.

கச்சன் பதில் சொல்லாததால், தேவயானை கதறி அழுதாள். 'நான் உன்னை நேசிக்கிறேன்! உன்னை உயிருடன் காப்பாற்ற என்னால் முடிந்த அனைத்தையும் செய்தேன். நீ என்னை மணந்து கொள்ள வேண்டும். அது சரியான செயல் அல்லவா?'

கச்சன் மெதுவாய் சிரித்தான். 'என் அன்பே தேவயானை, நான் உன்னை என் குருவின் மகளாயும், என் தோழியாயும் எப்போதும் மதிக்கிறேன். நான் ஒருபோதும் காதல் உணர்வுகளைக் கொண்டிருக்கவில்லை. அதை உன்னிடம் வெளிப்படுத்தவும் இல்லை. இப்போது நான் உங்கள் தந்தையிடமிருந்து பிறந்திருக்கிறேன். அதனால் நான் உனக்கு, தம்பி ஆகிறேன். தயவு செய்து என்னை மன்னியுங்கள். அதனால் என்னால் உங்களைத் திருமணம் செய்து கொள்ள முடியாது.'

தேவயானை அவனைச் சமாதானப்படுத்த தன்னால் இயன்றவரை முயன்றாள். ஆனால் தோல்வியடைந்தாள். கோபமும் வருத்தமும் கொண்ட அவள் கச்சனை, 'உங்கள் இலக்கை அடைய, நியாயமற்ற முறையில் என் உணர்வுகளைப் பயன்படுத்தியதால், சஞ்சீவனி மந்திரம் உங்களுக்கு ஒருபோதும் பயனுள்ளதாய் இருக்காது. இப்போது உங்களிடம் அறிவு இருந்தாலும், மந்திரத்தை உச்சரித்து. உங்களால் யாரையும் உயிர்ப்பிக்க முடியாது,' என்று சபித்தாள்.

வழக்கமாய் அமைதியான தன்னடக்கமான கச்சன் கோபத்துடன், 'ஓ தேவயானை! நீங்கள் ஒரு முனிவரின் மகனை என்று திருமணம் செய்து கொள்ள மாட்டீர்கள். அமைதியான, அடக்கமான முனி சமூகத்திற்கு உங்கள் பிடிவாதமான இயல்பு பொருந்தாது. நீங்கள் அக்குணம் கொண்ட குலத்தைச் சேர்ந்த ஒருவரைத் திருமணம் செய்து கொள்ளலாம்!' என்று அவளைத் திருப்பிச் சபித்தான்

இவ்வாறு கூறி, கச்சன் தன் குருவின் இல்லத்திலிருந்து புறப்பட்டான். தேவயானை மீண்டும் தனிமை ஆனார்.

சிலகாலம் கடந்தது. ஒரு நாள் சில நீர் விளையாட்டுகளில் பங்கேற்கத் தேவயானைக்கு அழைப்பு வந்தது. அவளது தோழியும், அசுரர்களின் அரசன் மகளுமான சர்மிட்சுதா என்பவரிடமிருந்து, அழைப்பு வந்தது.

மகிழ்ச்சியடைந்த தேவயானை விளையாட்டு நாள் அன்று குறிப்பிட்ட இடத்திற்குச் சென்றாள். அங்கு, இளவரசியின் மற்ற தோழிகள் நாகரீகமான விலையுயர்ந்த ஆடைகளை அணிந்து, தன்னைச் சூழ்ந்திருப்பதைக் கண்டாள். எளிய பருத்தி உடையில் அவள் மட்டும் காணப்பட்டாள். அவள் பணக்காரர்களுடனும், இளவரசி கூட்டத்தினருடனும் பொருந்தவில்லை என்பதையும், மேலும் அவள் ஒரு முனிவரின் மகள் என்பதால், அவளுடைய உலகம் எவ்வளவு வித்தியாசமானது என்பதையும் உணர்ந்தாள்.

சிறிது நேரம் கழித்து, அனைவரும் தண்ணீர் தொட்டிக்குள் நுழைந்தனர். பெண்கள் அங்குமிங்கும் நீரை வாரி இறைக்கத் தொடங்கினர். இளவரசி சர்மிட்சுதா பொறுப்பேற்றார். விளையாட்டுகள் தொடங்கின. குழு மணிக்கணக்கில் விளையாடியது. பகல் வெளிச்சம் போய், அந்தி நேரம் திரும்பியது. விளையாட்டுகள் இறுதியாய் முடிவுக்கு வந்தன.

சிறுமிகள் தண்ணீரிலிருந்து வெளியேறி உலர்ந்த ஆடைகளை மாற்றத் தொடங்கினர். அவளை வழிநடத்த, கூடுதல் வெளிச்சம் இல்லாமல், தேவயானை விரைவாய் தான் எடுத்துக் கொண்ட ஆடைகளுடன் இருட்டில் சென்று உடை மாற்றிக் கொண்டாள்.

அப்போது, சர்மிட்சுதா தன் ஆடைகளைத் தேடி வந்தாள். தோழி தேவயானை அவளுடைய ஆடையை அணிந்திருப்பதைப் பார்த்தாள்!

சர்மிட்சுதா, 'உனக்கு எவ்வளவு நெஞ்சுரம் - ஒரு ஏழை குருவின் மகள் - என் ஆடைகளை அணிந்து கொள்ள என்ன துணிவு? அவை பட்டும் தங்கத்தாலும் செய்யப்பட்டவை. நீ எளிய பருத்தி ஆடைகள் மட்டுமே அணிய வேண்டும். இப்போதே என் ஆடைகளை என்னிடம் திருப்பிக் கொடு,' என்று கோபத்தில் கத்தினாள்.

சர்மிட்சுதா தேவயானையின் ஆடைகளைத் தேடினாள். அவற்றைக் கண்டுபிடித்து, அவள் மீது வீசினாள்.

தேவயானை ஆடையை அவிழ்த்துவிட்டு, தன் பருத்தி இரவிக்கையையும் புடவையையும் வேகமாய் அணிந்தாள். அவள் அவமானப்பட்டு இளவரசியை நோக்கி, 'இருட்டினாலே தப்பு செய்துவிட்டேன் சர்மிட்சுதா! எப்படி என்னிடம் இப்படிப் பேச உனக்குத் துணிவு வந்தது? அசுரர்களின் கடவுளர்களுக்கு எதிரான போர்களில் வெற்றிக்கு முதன்மையான முகாந்திரம், என் தந்தையும் அவரது சிறந்த சஞ்சீவனி மந்திரமே. அதை எப்படி நீ மறந்தாய்?' என்று கத்தினாள்.

'அதிகம் பேசாதே தேவயானை. உன் தந்தை மனமார்ந்து இதைச் செய்யவில்லை. தந்தையை மட்டுமே சார்ந்து, அவரது வாழ்வாதாரத்திற்காய்ச் செய்கிறார். நீ அதை மறந்து விடாதே!' என்று அலட்சியமாய் பதிலளித்தாள் சர்மிட்சுதா.

வாக்குவாதம் பெரிதாகி, இரு கன்னிப் பெண்களும் கோபமுற்று தன்னிலை மறந்தனர். அவர்களைச் சுற்றி மற்ற பெண்கள் தூரத்திலிருந்து இந்தக் கூச்சல் போட்டியைப் பார்த்தார்கள் - அவர்களுக்கு என்ன செய்வது என்று தெரியவில்லை. ஒருவர் இளவரசி, மற்றவர் புகழ்பெற்ற குருவின் அன்பு மகள். அவர்களை நிறுத்த யாருக்குத் துணிவு இருக்கும்? மிகவும் இருட்டியதும், மற்ற பெண்கள் சத்தமில்லாமல் தங்கள் வீடுகளுக்குத் திரும்பினர்.

இதற்கிடையில், கட்டுப்படுத்த முடியாத கோபத்தில், சர்மிட்சுதா தேவயானையைத் தண்ணீரற்ற கிணற்றில் தள்ளி விட்டாள். அவள் மிகவும் கோபமாய் இருந்தால், தன் தோழியை அங்கேயே விட்டுவிட்டு, அரண்மனைக்குத் திரும்பினாள்.

நேரம் செல்ல செல்ல, தேவயானையை இருள் மேலும் சூழ்ந்தது. மிகவும் அமைதியானது. அவள் அழத் துவங்கினாள். 'நான் காணவில்லை என்று தெரிந்தவுடன் தந்தை என்னைக் கண்டுபிடிப்பார் என்று எனக்குத் தெரியும்,' என்று அவள் எண்ணினாள். 'ஆனால் அவர் என்னைத் தேடத் தொடங்குவதற்கு எவ்வளவு காலம் ஆகும்? அல்லது ஒருவேளை சர்மிட்சுதா நான் வேறு எங்காவது இருக்கிறேன் என்று பொய்

சொன்னால் என்ன செய்வது? அப்படி நடந்தால், நான் இங்கு உணவோ, தண்ணீரோ இல்லாமல் இறந்துவிடுவேன்.'

யாராவது உதவி செய்வார்கள் என்ற நம்பிக்கையில் அவள் கத்தத் துவங்கினாள்.

இறுதியாய், அதிகாலையில் தூரத்தில் ஒரு தேர் சென்றது. அந்த இரதம் நகுசனின் மகன் யயாதி அரசனுடையது. உதவிக்காய் மெல்லிய அலறல் சத்தம் அவன் காதுகளில் விழுந்தது. யார் என்று யோசித்தார்.

அவர் தன் இரதத்தை ஒரு இடத்தில் நிறுத்தி, அருகில் உள்ள கிணற்றிலிருந்து அழுதுகொண்டிருந்த சிறுமியின் சத்தத்தைப் பின்தொடர்ந்தார். அவர் உள்ளே எட்டிப்பார்த்தபோது, ஒரு பெண் தனியாய் இருப்பதைக் கண்டார். அவரால் அவளது முகத்தைத் தெளிவாய் காண முடியவில்லை. ஆனால் அதிகாலை வெளிச்சத்தினால், அவர் அவள் ஒரு அழகான பெண் என்பதை மங்கலாய் பார்க்க முடிந்தது. தன் வலது கையை நீட்டினார். தன்னுடைய வலது கையை அவருடைய கைகளின் மேல் வைத்தாள். உறுதியாய்ப் பிடித்து, அவளைக் கிணற்றிலிருந்து வெளியே இழுத்தார்.

யயாதி தன்னை அறிமுகப்படுத்திக் கொண்டார். 'நான் அரசன் யயாதி. இந்த நேரத்தில் கிணற்றில் சிக்கிய உங்களைப் போன்ற ஒரு அழகான கன்னிப் பெண்ணைப் பார்ப்பது எனக்கு அதிர்ச்சியாய் உள்ளது. என்ன நடந்தது?'

தேவயானை வணங்கி, 'நான் தேவயானை, அசுரர்களின் குருவான சுக்ராச்சாரியாரின் மகள். இளவரசியால் நான் வேண்டுமென்றே கிணற்றுக்குள் தள்ளப்பட்டேன். ஆனால் முக்கியமான விடயம் நீங்கள் என் வலது கையைப் பிடித்தீர்கள், நான் உங்களுடையதை. நீங்கள் என்னை இப்போது முறைப்படித் திருமணம் செய்து கொள்ள வேண்டும். நாம் அறியாமலேயே, பொதுவாய் திருமணத்தின் போது செய்யப்படும் சடங்கைச் செய்து முடித்துவிட்டோம்,' என்று மேலும் அரசன் அதிர்ச்சிக்குள்ளாகும் படி சொன்னாள்.

அரசன் யயாதி திடுக்கிட்டார். தேவயானை மிகவும் அழகான பெண் என்றாலும், அவருக்கு அவளது தந்தையின் நற்பெயர் பற்றியும் அவருடைய கோபத்தைப் பற்றியும் தெரியும். 'பெண்ணே, நான் உனக்குச் சற்றே உதவி செய்தேன். என் எண்ணம் உன்னைத் திருமணம் செய்து கொள்வதல்ல,' என்றார் உறுதியுடன்.

'என்னுடையதும் இல்லை, ஆனால் விதி அதை அப்படிக் கருதியது இல்லை என்று நினைக்கிறீர்களா? தன் வலது கையைப் பிடித்தவனைத்

தான், முனிவரின் மகள் மணந்து கொள்வது வழக்கம்,' என்று கூறி அவள் பெருமூச்சு விட்டாள். 'அதனால், இதோ நாம் இருக்கிறோம்.'

கச்சனின் சாபம் பலிக்கப் போகிறது.

யயாதி சற்றே தயக்கத்துடன் ஒப்புக்கொண்டார். சுக்ராச்சாரியார் என்ன சொல்லலாம் அல்லது செய்யலாம் என்று அவர் இன்னும் பயந்தார்.

தேவயானை அவர்களின் அடுத்த நடவடிக்கையைப் பரிந்துரைத்தாள். 'ஏன் நான் வீட்டுக்குப் போய் தந்தையிடம் பேசக்கூடாது? நீங்கள் ஆசிரமத்திற்கு நாளை வரலாம். முறைப்படி என்னைத் திருமணம் செய்து கொள்ளுமாறு கேளுங்கள்.'

வீட்டில் சுக்ராச்சாரியார் அவரது மகளுக்கு என்ன நடந்தது என்ற கவலையில் உடல்நிலை சரியில்லாமல் இருந்தார். 'அவள் இரவிலேயே வீடு திரும்பியிருக்க வேண்டும்,' என்று அவர் எண்ணினார். 'அவள் முன்பு இவ்வளவு தாமதமாய் ஒருபோதும் இருந்தது இல்லை. அவள் நோய்வாய்ப்பட்டிருக்கிறாளா? தண்ணீர் விளையாட்டின் போது அவளுக்கு ஏதேனும் ஆகிவிட்டதா? அவள் நீரில் மூழ்கி விட்டாளா? அவள் இல்லாமல் நான் எப்படி வாழ்வேன்? நான் ஏதாவது செய்ய வேண்டும்.'

குழப்பமடைந்த அவர், வீட்டைச் சுற்றி நடக்கத் தொடங்கினார்.

அப்போதுதான் தேவயானை உள்ளே சென்றாள். அவள் முகம் கோபத்தால் சிவந்து இருந்தது. அவளுடைய தந்தை அதிர்ந்து வருத்தத்துடன் இருப்பதைப் பார்க்க முடிந்தது. தேவயானை சுக்ராச்சாரியாரிடம் நடந்தது அனைத்தையும் கூறினாள். அப்போது அவள், 'அரசன் யயாதி நாளை என்னைத் திருமணம் செய்து கொள்ள கேட்டு வருவார். நான் அதற்குச் சம்மதிக்கிறேன்.'

சுக்ராச்சார்யர் திருமணத்திற்கு ஒப்புக்கொண்டார்.

ஆனால் தேவயானையின் கோபம் மீண்டும் பற்றி எரிய, 'நீங்கள் அவையில் மிக முக்கியமான நபர் என்பதால், நீங்கள் என் திருமணத்திற்கான ஏற்பாடுகளைச் செய்யுமாறு சர்மிட்சுதாவின் தந்தையிடம் கேட்க வேண்டும். நேரம் வரும்போது எனக்குத் திருமணப் பரிசாய் நான் கேட்பதைத் தருமாறு கேட்டுக்கொள்கிறேன்.'

சுக்ராச்சாரியார் அவளைச் சமாதானப்படுத்த முயன்றார். 'ஓ தேவயானை! எத்தனையோ போர்களில் அரசனை வெற்றி பெற நான் உதவியதால், அவர் நீ விரும்பும் எது வேண்டுமானாலும், அதை எனக்குத் தருவார். சொல், உன் திருமணப் பரிசாய் என்ன விரும்புகிறாய்?'

தேவயானை பதில் சொல்லவில்லை.

'நூல்கள் வேண்டுமா?' சுக்ராச்சாரியார் தூண்டினார்.

'தந்தையே, எனக்கு நூல்களும் வேண்டாம் செல்வமும் வேண்டாம். நிச்சயம் சர்மிட்சுதா எனக்கு அடிமையாய் இருக்க வேண்டும் என்பதே என் ஆசை. அவள் கட்டாயமாய் என்னுடன் என் கணவரின் வீட்டிற்கு வரவேண்டும்.'

சுக்ராச்சாரியார் அத்தகைய கோரிக்கையை எதிர்பார்க்கவில்லை. பொதுவாய், ஒரு முனிவரின் மகள் அறிவுக்கு மட்டுமே ஆசைப்படுவாள். அவள் மனதை மாற்ற அவளைச் சமாதானப்படுத்த முயன்றார். 'என் அன்பான மகளே! சர்மிட்சுதா தவறு செய்துவிட்டாள் என்பதை ஒப்புக்கொள்கிறேன். ஆனால் நீ அவளை மன்னித்து, இந்த விரும்பத்தகாத சம்பவத்தை மறந்துவிட வேண்டும். அவள் அசுரர்களின் இளவரசி. நீ அவளை உன் அடிமையாய் இருக்க உத்தரவிட முடியாது. அவளுடைய கெட்ட நடத்தையைப் பற்றி அவளுடைய தந்தையிடம் சொல்வேன் என்று உறுதியளிக்கிறேன். மேலும், அவள் அதற்கேற்ப தண்டிக்கப்படுவாள். ஆனால் நான் உன் கணவர் வீட்டிற்கு நிம்மதியுடனும் மகிழ்ச்சியுடனும் செல்லுமாறு அறிவுறுத்துகிறேன். உன்னுடன் சேர்ந்து பழிவாங்கும் எண்ணத்தை எடுத்துச் செல்லாதே.'

இருப்பினும் தேவயானை அசையவில்லை. 'தந்தையே, நான் வேறு எதையும் கேட்கவில்லை. இதுவே எனக்கு வேண்டும்.'

சுக்ராச்சாரியார் தனது மகளின் பிடிவாத குணத்தை அறிந்திருந்தார். அவளது மனதை மாற்றும் படி அவர் வேறு எதையும் சொல்ல முடியவில்லை. ஒருவேளை அவள் தாயுடன் வளராமல் இருந்ததால், அவரது மகளிடம் அவரை மிகவும் மென்மையாக்கி உள்ளது. இதன் விளைவாய் தான் அவளது பிடிவாத குணம். ஆனால் இப்போது அது மிகவும் தாமதமாகிவிட்டது. சர்மிட்சுதாவின் தந்தை, தற்போது ஆட்சியில் இருக்கும் விருட்சபர்வவரிடம் அணுகி கேட்பதைத் தவிர அவருக்கு வேறு வழி இல்லை.

மறுநாள் காலை அரசனின் அவையில், சிறந்த குருவான சுக்ராச்சாரியார் வருத்தத்தில் தன்னை அணுகுவதைக் கண்டு விருட்சபர்வர் திகைத்தார். அரசர் அவரிடம், 'குருவே, எல்லாம் சரியாய் இருக்கிறதா?' என்று கேட்டார்.

சுக்ராச்சாரியார் அரசரிடம் நடந்த சம்பவத்தைக் கூறினார். அதற்கு முந்தைய நாள், சர்மிட்சுதாவை, தேவயானைக்குத் திருமணப் பரிசாய்

வழங்கப்பட வேண்டும் என்று உறுதி செய்யும்படி உறுதியாய்க் கேட்டுக் கொண்டார்.

அரசருக்கு என்ன செய்வதென்றே புரியவில்லை. அவர், 'சுக்ராச்சாரியாரின் கோரிக்கையைத் தான் ஒப்புக்கொள்ளவில்லை என்றால், சிறந்த குரு நிச்சயம் தன் அறையை விட்டு வெளியேறி விடுவார். அவர் கடவுளர்களுடன் கூடச் சேரலாம். அது நிச்சயமாய் எனது தோல்வியையும் எனது ஆட்சியின் முடிவையும் குறிக்கும். இல்லை, என் மக்களின் நலனுக்காய், அது நடக்க அனுமதிக்க என்னால் முடியாது. ஒரு அரசன் பெரிய நன்மைக்காய் தியாகம் செய்ய வேண்டும்,' என்று நினைத்தார்.

அவர் பெருமூச்சு விட்டார். என்ன செய்ய வேண்டும் என்று அவருக்குத் தெரியும். கனத்த இதயத்துடன், அரசர் இளவரசியின் அறைக்குச் சென்றார்.

சர்மிட்சுதா தன்னை உள்ளடக்கிய நாடகம் பற்றி அறியவில்லை. அவள், உண்மையில், ஒரு சன்னலுக்கு அருகில் தனியாய் உட்கார்ந்து, தாழ்மையாய் உணர்ந்தாள். ஏனென்றால் அவள் தன் தோழி தேவயானையை நியாயமற்ற முறையில் நடத்திய விதத்தை உணர்ந்தாள். அவள் தன்னையும் தன் நடத்தையையும் சபித்தாள். 'நான் ஏன் அவளிடம் இவ்வளவு முரட்டுத்தனமாய் நடந்து கொள்ள வேண்டும்? என் அரண்மனைக்குப் பலமுறை வந்திருக்கிறாள். என்னிடமிருந்து ஆடை அல்லது ஆடம்பரமான நகைகளைப் பார்த்ததில்லை. எதிர்பார்த்ததில்லை. அவள் எளிய பெண். பணம் அல்லது படாடோபத்தைப் பற்றிக் கவலைப்படாதவள். இனி தேவயானையை எப்படி எதிர்கொள்வேன்?'

தந்தை தன் அறைக்குள் நுழைவதைப் பார்த்தாள். அவர் வருத்தத்துடன் இருப்பதைக் கவனித்தாள். அவள், 'குரு சுக்ராச்சாரியார் எனது நடத்தை குறித்து, எனது தந்தையிடம் புகார் அளித்திருக்க வேண்டும். அவர் கண்டிப்பாய் என்னை எண்ணி ஏமாற்றமாய் உணர்ந்திருப்பார்.' என்று நினைத்தாள்.

எனவே, அவள் தானே முன் வந்து பேச முடிவு செய்தாள். 'தந்தையே! சில நேரங்களில் என் நாக்கு என் மனதுடன் ஒத்துழைக்காது. நான் தவறு செய்துவிட்டேன் என்று எனக்குத் தெரியும். தயவு செய்து என்னை மன்னிக்கவும். நான் என்ன செய்தேனும், அதைச் செய்திருக்கவே கூடாது - இளவரசியாகவோ அல்லது தோழியாகவோ. இது ஏற்றுக்கொள்ள முடியாதது. நீங்கள் விரும்பினால், தேவயானையிடமும் அவள்

தந்தையிடமும் நான் மன்னிப்பு கேட்கிறேன்,' என்று கூறி அவள் அழுதாள்.

அரசன் விருட்சபர்வர் அமர்ந்து, அவளிடம் சுக்ராச்சாரியார் அவரிடம் என்ன கேட்டிருந்தார் என்பதைக் கூறினார்.

சர்மிட்சுதா கற்பனை செய்திருந்ததை விட மோசமாய் இருந்தது. அவள் அழுதாள். ஆனால் இறுதியில் அவள் தந்தையின் கருத்திற்கு ஒத்துக்கொண்டாள். 'அவளுடைய நாடு என்பது இளவரசியின் உயிரை விட விலை குறைவானது என்பது உண்மையே. என்ன விலை கொடுத்தாலும் தேவயானைக்கு நான் கீழ்ப்படிவேன். இது அநேகமாய் எனக்குச் சரியான தண்டனையே,' என்று அவள் கூறினாள். அதனால், தேவயானையின் அடிமையாய் இருக்க அவள் ஒப்புக்கொண்டாள்.

இதனால், தேவயானை யயாதியை மணந்தாள். சர்மிட்சுதா அவளுடைய புதிய வீட்டிற்கு ஒரு பணிப்பெண்ணாய் பின்தொடர்ந்தாள்.

தேவயானை சர்மிட்சுதாவை அவரது கணவர் மற்றும் பிற அரச பிரமுகர்களின் பார்வையில் படாமல் இருக்கும் வண்ணம் உறுதி செய்து கொண்டாள். பிரதான அரண்மனையிலிருந்து, கணிசமான தொலைவில் உள்ள ஒரு வீட்டில், சர்மிட்சுதா வசித்து வந்தாள். காலப்போக்கில், அவள் மறக்கப் பட்டு விட்டாள். அவள் தானாய்த் தன்னுடைய கடமைகளைச் செய்து கொள்ள விடப்பட்டாள்.

அரசன் யயாதிக்கும் தேவயானைக்கும் எளிதான திருமணமாய் இருக்கவில்லை. அவள் பிடிவாதத்துடனும் ஆத்திரத்துடனும் இருந்தாள். இருவரும் அடிக்கடி தகராறு செய்து கொண்டனர். காலப்போக்கில், அவர்களுக்கு இரண்டு மகன்கள் பிறந்தனர் - யது மற்றும் துர்வசு.

ஒரு நாள், யயாதி அரச தோட்டத்தில் அலைந்து கொண்டிருந்தார். அப்போது ஒரு அழகான கன்னி அங்கிருந்த வீட்டில் அருகே வேலைச் செய்வதைக் கண்டார். அவர் அவளை இது வரை பார்த்ததில்லை. அவளுடைய அருமையான நடத்தை அவருக்கு ஆர்வத்தை ஏற்படுத்தியது. ஒரு அரச பணிப்பெண்ணின் உடைகள் இருந்தபோதிலும், அவள் பணிப்பெண்ணின் பாத்திரத்திற்குப் பொருந்தவே இல்லை. அவள் ஒரு உயர் பதவி பெண்ணாய்த் தெரிந்தாள்.

அவர் அவளை நெருங்கி, 'யார் நீ?' என்று கேட்டார்.

சர்மிட்சுதா தலைக் குனிந்து தன்னை அறிமுகப்படுத்திக் கொண்டாள். தன் பக்கக் கதையை விவரித்தாள். அரசன் யயாதி அவள் மீது இரக்கம் கொண்டார். அவள் மிகவும் கவர்ச்சியாயும், வசீகரமாயும், எளிதில் பேசக் கூடியவளாயும் இருப்பதை அவர் கண்டார்.

அந்த முதல் சந்திப்பிற்குப் பிறகு, அவர் அவளைப் பலமுறை சந்தித்தார். தன்னை ரகசியமாய் திருமணம் செய்து கொள்ளும்படி கேட்டார்.

அதற்குள் தன்னுடைய நிலையைப் புரிந்து கொண்டிருந்த போதும், சர்மிட்சுதாவுக்கும் அரசன் மீது அன்பு ஏற்பட்டது. அவள் அவரைத் திருமணம் செய்து கொள்ள ஒப்புக்கொண்டாள். அவர்கள் இருவரும் மூன்று மகன்களைப் பெற்றனர் - த்ருஹ்யு, அனு மற்றும் புரு.

வருடங்கள் கடந்தன. தன் கணவன் சர்மிட்சுதாவையும் திருமணம் செய்து கொண்டார் என்பதைத் தேவயானை அறியாமல் இருந்தாள்.

ஒரு நாள், தேவயானையின் பிள்ளைகள், யது மற்றும் துர்வசு பிரதான அரண்மனையிலிருந்து சிறிது தூரத்தில் ஒரு பந்தைக் கொண்டு விளையாடிக் கொண்டிருந்தனர். திடீரென அப்பந்து காற்றில் பறந்து அருகில் உள்ள ஒரு சிறிய வீட்டின் முன் இருந்த கதவு அருகே விழுந்தது. மூன்று ஒளிரும் கண்களைக் கொண்ட சிறுவர்கள் வெளியே வந்து, பந்தை யதுவிடம் திருப்பிக் கொடுத்தனர்.

தேவயானை தன் குழந்தைகளைத் தூரத்திலிருந்து பார்த்துக் கொண்டிருந்தாள். அங்கேயிருந்து அவள் இந்த மூன்று சிறுவர்களாலும் ஈர்க்கப்பட்டாள். அவர்கள் இயல்பான வேலைக்காரர்கள் அல்ல என்பது அவளுக்குத் தெரிந்தது. அதனால் அவள் அவர்களை அணுகி, 'என் அன்பான சிறுவர்களே! நான் ஒருபோதும் உங்களை முன்பு பார்த்ததில்லை. உங்களுடைய பெற்றோர் யார்?' என்று வினவினாள்.

சிறுவன் ஒருவன், 'என் தாய் சர்மிட்சுதா' என்று பதிலளித்தான்.

உடனே தேவயானை தன் மறந்து போன தோழியையும் அடிமையையும் நினைவு கூர்ந்தாள். 'உன் தந்தை யார்?' என்று கேட்டாள்.

அப்போது, யயாதியின் தேர் அருகில் வந்து நின்றது. சிறுவன் அவரைச் சுட்டிக்காட்டினான்.

தேவயானை அந்த இடத்தில் அப்படியே இறுகி நின்றாள். 'என் அடிமையும் எதிரியுமான சர்மிட்சுதாவைக் கணவர் திருமணம் செய்து கொண்டாரா? அவர் உண்மையிலேயே எனக்கு அப்படிச் செய்வாரா?' என்று அவள் ஆச்சரியப்பட்டாள். அவளுடைய கண்களில் வெறுப்பும் கோபமும் சூழ்ந்துகொண்டன.

அவள் கணவனை நோக்கி நடந்தாள். 'இந்த மூன்று சிறுவர்களின் தந்தை நீங்கள் என்பது உண்மையா?' என்று கேட்டு, அவள் வெடித்தாள்.

'ஆம்' என்று யயாதி பதிலளித்தார்.

எதுவும் பேசாமல், தேவயானை திரும்பி, தன் தந்தையின் வீட்டிற்குச் சென்றாள். அவரைக் கண்டவுடன், தன்னைக் கட்டுப்படுத்த முடியாமல், இதயப்பூர்வமாய் கண்ணீர் விட்டு, கலங்கினாள். யயாதி அவளை எப்படி ஏமாற்றி விட்டார் என்று அவள் தன் தந்தையிடம் சொன்னாள்.

சுக்ராச்சாரியார் அவளுக்கு ஆறுதல் கூற முயன்றார். 'தவறுகள் நடக்கும், தேவயானை. கடந்த காலத்தை மறந்து உன் கணவரையும் சர்மிட்சுதாவையும் மன்னித்துவிடு. மனம் திறந்து குழந்தைகளையும் தாயையும் நன்முறையில் நடத்து. நீ முதல் மனைவி. மதிப்பும் நாடும் உன்னுடைய பிள்ளைகளுக்கு மட்டுமே வரும்,' என்று ஆறுதல் கூறினார்.

ஆனால் தேவயானை பொருட்படுத்தவில்லை. அவள் யயாதியைத் தண்டிக்க விரும்பினாள். தன் தந்தையிடம், 'நீங்கள் என் நேர்மையற்ற கணவரைச் சபிக்க வேண்டும்,' என்று கெஞ்சினாள்.

'உங்கள் குழந்தைகளுக்கு ஏற்படும் விளைவுகளைப் பற்றிச் சிந்தி தேவயானை,' என்று சுக்ராச்சாரியார் அறிவுறுத்தினார்.

அவள் அவர் கூறியதைக் கேட்காதது போல் தொடர்ந்தாள். 'அவர் தனது இளமைத் தோற்றமும் உடலும் விலகுமாறு சபித்து விடுங்கள். அதற்குப் பதிலாய், உடனே முதியவன் ஆக்குங்கள். பிறகு அவரால் எந்தப் பெண்களையும் கவர முடியாது செய்யுங்கள்.'

மீண்டும் ஒருமுறை மகளின் மீதுள்ள அன்பு மேலிட, சுக்ராச்சாரியார், தனது யோக சக்தியைப் பயன்படுத்தி, தன் மருமகனைச் சபித்தார்.

யயாதி தான் எதிர்கொள்ளவிருந்த சாபத்தை அறிந்ததும், சுக்ராச்சாரியாரிடம் வந்து, அவரது கால்களில் விழுந்து மன்னிப்பு கேட்டார்.

சுக்ராச்சாரியார் யயாதி தன்னுடைய தவறுக்கு, கொடுக்க வேண்டிய விலையைப் பற்றி வருந்தினார். எனவே, கருணையுடன், அவர் சாபத்தை மாற்றியமைத்தார். 'உனக்கு உடனே வயதாகலாம், ஆனால் யாரேனும் இளமையாய் இருப்பவர் உங்கள் முதுமையை ஏற்க ஆயத்தமாய் இருந்தால், உங்களால் மீண்டும் இளமையாக முடியும். பொருத்தமானதாய் கருதும் நேரத்தில், நீங்கள் இதை மாற்றி அமைத்துக் கொள்ளலாம். அந்த மனிதனுக்கு அவனது இளமையைத் திரும்பக் கொடுத்துவிட்டு, நீங்கள் முதுமையை ஏற்றுக் கொள்ளலாம்.'

அரசன் யயாதி தலைவணங்கி, தனக்குக் கிடைத்த சாபத் தளர்வுக்கு நன்றி கூறினான். 'நான் வாழ்க்கை என்ன வழங்குகிறதோ அதை அனுபவிக்க, இன்னும் சிறிது காலம் இளமையாய் இருக்க விரும்புகிறேன்,' என்று அவர் நினைத்தார்.

தன்னுடைய, தேவயானையின் மகன்கள் தற்காலிகமாய் இளமையை அவருக்குக் கொடுக்க ஆயத்தமாய் இருப்பார்கள் என்ற நம்பிக்கையுடன் சுக்ராச்சாரியாரின் வீட்டை விட்டு வெளியேறினார். அவர் திகைக்கும் வண்ணம், யது மற்றும் துர்வசு இருவரும் அதைச் செய்ய மறுத்தனர்.

யயாதி இரண்டு சிறுவர்களிடம் கோபமடைந்தார். 'நேரம் வரும்போது நீங்கள் என் வாரிசுகளாய் இருப்பீர்கள் என்று நினைத்து நான் உங்களை வளர்த்தேன். ஆனால் நீங்கள் கொஞ்சம் கூட உங்கள் தந்தையின் பொருட்டு, தியாகம் செய்ய ஆயத்தமாய் இல்லை. இதை நான் உங்களுக்கு உறுதியளிக்கிறேன் - நீங்கள் அல்லது உங்களுடைய பரம்பரை எப்போதும் என் நாட்டை ஆள முடியாது.'

இன்று, யாதுவின் பரம்பரை, யாதவர்கள், எந்த ஒரு நாட்டையும் ஆண்டதில்லை. பகவான் கிருஷ்ணர் அதே வம்சத்தில் பிறந்தார். ஆனால் அரியணையில் அமரவில்லை. அவரது மூதாதையர் வரலாற்றை அறிந்திருத்தல், அரசராய் இருப்பதற்கான தகுதி இருந்தபோதிலும், கிருஷ்ணர் தனக்குப் பதிலாய் தனது தாத்தா உக்ரசேனனை முடிசூட்டிக் கொள்ளத் தேர்ந்தெடுத்தார்.

யது மற்றும் துர்வசுவிடம் ஏமாற்றம் அடைந்த யயாதி, சர்மிட்சுதாவுடன் அவருக்கு இருந்த மகன்களை அணுகினார். வழிகாட்டுதலுக்காய் புரு தன் தாயைப் பார்த்தான்.

சர்மிட்சுதா அமைதியாய், 'தனது தந்தைக்கு உதவி செய்வது மகனின் கடமை,' என்று அறிவுறுத்தினார்.

புரு புரிந்துகொண்டு தன் இளம் உடலைத் தந்தைக்கு வழங்கினான். உடனே, யயாதி மீண்டும் இளமையாகி, புருவுக்கு வயதானது. அவன் முதியவனானான்.

பல ஆண்டுகள், யயாதி மகிழ்ச்சியாய் வாழ்ந்தார். தனது இளமையைக் கொண்டாடினார். வெகு காலம் கழித்து, பயனற்ற மனித உடலின் தன்மையை உணர்ந்து, மீண்டும் புருவுடன் பரிமாறிக்கொண்டார். புருவும் அவனது வாரிசுகளும் இறுதியில் வம்சத்தின் பேரரசர்களானார்கள். புருவின் பரம்பரை, பின்னர் குருக்கள் என்று அறியப்பட்டது. அத்தினாபுரத்தை ஆட்சி செய்து, பெரும் இதிகாச மகாபாரதத்தின் தோற்றுவாய் ஆனார்கள்.

# உண்மையான அன்பின் இரண்டு நட்சத்திரங்கள்

பிரம்மாவின் மகன் கர்தாமா முனிவருக்கும் அவரது மனைவி தேவகுதிக்கும் ஒன்பது மகள்களில் எட்டாவது பெண் அருந்ததி. அவர் பராசர முனிவரின் பாட்டியும் மகாபாரதத்தை எழுதிய வேத வியாச முனிவரின் கொள்ளுப் பாட்டியும் ஆவார்.

அருந்ததி இளம்பெண்ணாய் இருந்தபோது படிப்பிலும் அறிவுசார் விவாதங்களிலும் நாட்டம் கொண்டிருந்தார். அவர் வளர்ந்ததும், சப்தரிஷிகள் எனப்படும் புகழ்பெற்ற ஏழு முனிவர்களில் ஒருவரான வசிட்டரைத் திருமணம் செய்து கொண்டார்.

> இந்திய வானியல் இந்த ஏழு முனிவர்களையும் ஏழு நட்சத்திரங்களாய் அடையாளப்படுத்துகிறது. மேற்கத்திய நாடுகள் அவற்றை உர்சாவில் (Ursa Major Constellation) உள்ள முக்கிய விண்மீன் கூட்ட நட்சத்திரங்களாய் தொடர்புபடுத்துகின்றன. அருந்ததியும் அல்கோர் (Alcor) என்ற நட்சத்திரத்தையும், அதன் தோழரான மிசார் (Mizar), வசிட்டரைக் குறிப்பதாய், அடிக்கடி கருதப்படுகிறது.

திருமணத்திற்குப் பிறகு, அருந்ததி பாடத்தைத் தொடர்ந்தார். அவர் தன்னால் முடிந்தவரை தன் வேலைகளை முடித்துவிட்டு, வசிட்டர் தனது மாணவர்களுக்கு என்ன கற்றுக் கொடுத்தார் என்பதை அறிய தன் கணவரின் வகுப்பில் சேர்ந்து கொள்வார். வசிட்டர் யசுர் வேதம், சாம வேதம் மற்றும் ரிக் வேதம் என்ற மூன்று வேதங்களின் அற்புதமான விரிவுரையாளர். குருகுலத்தில் இந்த வகுப்புகளில் சேர ஏராளமான மாணவர்கள் போட்டியிட்டனர்.

ஒரு நாள், வசிட்டர் தன் மாணவர்களிடம் தர்மம் பற்றிப் பேசிக் கொண்டிருந்தார். திடீரென்று அருந்ததி அவரிடம், 'உங்களுக்கு ஆட்சேபனை இல்லை என்றால், நான் உங்களது பொறுப்பை

ஏற்று, வகுப்பில் இன்று இப்பாடத்தைக் கற்பிக்கட்டுமா?' என்று கேட்டார்.

வசிட்டர் தனது மனைவியின் வழக்கத்திற்கு மாறான வேண்டுகோளைக் கண்டு ஆச்சரியப்பட்டார். ஆனால் அவன் ஏற்றுக்கொண்டார். அவரே வியக்கும் வண்ணம், அவரது மாணவர்களுக்குத் தர்மத்தின் கருத்துப் பற்றி மிகவும் தெளிவாய் அருந்ததி விளக்கினார்.

வகுப்பு முடிந்ததும், வசிட்டர் அவரிடம், 'உண்மையிலேயே நீ என்னுடைய இணையும் என் சமபாதியும். என் போதனைகளையும் மனத்தையும் நீ நன்கு புரிந்து கொண்டு இருக்கிறாய். அதனால் இனிமேல் என் வகுப்புகளுக்கு நீயும் உதவலாம்.'

இந்த வளர்ச்சியை அறிந்த பிரம்மா மகிழ்ச்சியடைந்தார். மேலும் மந்திரப் பசு நந்தினியை அருந்ததியின் வேலைகளில் உதவ முடியும் என்று வசிட்டரின் ஆசிரமத்திற்கு அனுப்பினார். இதனால், அருந்ததி தான் விரும்பியதிலும் அறிவு கற்பித்தலிலும் கூடுதல் நேரம் ஒதுக்க முடியும் என்று எண்ணினார்.

ஒரு நாள், அப்போது அரசனாய் இருந்த விசுவாமித்திரர் தன் படையுடன் வேட்டையாடச் சென்றார். வேட்டைக்குப் பிறகு, அவருக்கு மிகவும் தாகம் எடுப்பதாய் உணர்ந்தார். ஆனால் எங்கும் தண்ணீர் கிடைக்கவில்லை. குழு காட்டுக்குள் வெகுதூரம் சென்ற போது, அவர்கள் வசிட்டரின் ஆசிரமத்தைக் கண்டனர்.

விசுவாமித்திரர் தனது சில வீரர்களுக்கு, 'துறவிகள் அடர்ந்த காடுகளில் வாழ்பவர்கள். தேவையான உணவுப் பொருட்கள் இல்லாமல் இருக்கலாம். தவிர, எண்ணிக்கையில் மிகக் கூடுதலாய் உள்ளோம். எனவே, அவரைப் பணிவுடன் கேட்டுக் கொள்ளுங்கள். அவர் நமக்குக் கொஞ்சம் தண்ணீர் தர முடியுமா என்று கேளுங்கள்,' என்று அறிவுறுத்தி அனுப்பினார்.

வீரர்கள் ஆசிரமத்திற்குள் சென்று, வசிட்ட முனிவருக்கு அரசனின் வேண்டுகோளைப் பற்றித் தகவல் தெரிவித்தனர்.

வசிட்டரும் அருந்ததியும் உடனே அரசரைச் சந்திக்க வெளியே வந்தனர். அவரை உள்ளே அழைத்தனர். வசிட்டர், 'எங்கள் அன்பான அரசரே! எங்கள் சிறிய ஆசிரமத்திற்கு வரவேற்கிறேன். தயவுசெய்து உள்ளே ஓய்வெடுங்கள். உங்களுக்கும் உங்கள் படையினருக்கும் என்ன தேவையோ அதை நாங்கள் வழங்குவோம்,' என்றார் பணிவுடன்.

சில நிமிடங்களில், வசிட்டர் அரசரின் குழுவிற்கு உணவும், பழங்களும் தண்ணீரும் கிடைக்க அனைத்து ஏற்பாடுகளையும் செய்தார்.

அரசன், 'எங்களுக்காய் நீங்கள் ஏற்றிருக்கும் சிரமத்திற்கு மன்னிக்கவும். ஆனால் முதலில், போதுமான தண்ணீர் இருந்தால் குளிக்க விரும்புகிறேன். நான் அணிந்திருக்கும் ஆடைகள் இப்போது அழுக்காய் இருப்பதால். எனக்கு இன்னொரு ஆடை இருந்தால் நன்றாய் இருக்கும் என்று எண்ணுகிறேன்,' என்று வணங்கி நின்றார்.

'தயவுசெய்து கவலைப்படாதீர்கள்,' என்றார் வசிட்டர். 'எல்லாம் உங்களுக்கு ஆயத்தமாய் இருக்கும்.'

குளித்த பிறகு, அரசனுக்கு அரச தகுதிக்குத் தகுந்த ஆடைகள் வழங்கப்பட்டன. குழுவிற்கு ஆடம்பரமான உணவும் வழங்கப்பட்டது.

அரசர், 'ஓ வசிட்டரே, சிறிது நேரத்திலேயே எப்படி அரச விருந்தையும் எனக்குத் தகுந்த சிறப்பு ஆடைகளையும் ஏற்பாடு செய்தீர்கள்?' என்று ஆர்வமாய் கேட்டார்.

அவர்களுக்கு முன்னால் தோட்டத்தில் நின்று கொண்டிருந்த கேட்டதை கொடுக்கும் பசுவைக் காட்டி, 'பிரம்மா பகவான் எங்களிடம் மிகவும் அன்பாய் நடந்து கொண்டுள்ளார். எங்கள் விருந்தினர்களையும் வேலைகளையும் கவனித்துக் கொள்ள உதவுவதற்காய், எங்கள் ஆசிரமத்திற்கு நந்தினியை அனுப்பினார்,' என்று அருந்ததி பதிலளித்தார். 'இதோ அவள்! நீங்கள் விரும்பியதை அவள் எங்களுக்குக் கொடுத்தாள்.'

விசுவாமித்திரர் மயங்கினார். 'என்ன சக்தி வாய்ந்த பசு!' என்று அவர் நினைத்தார். ஆனால், வசிட்டர் ஒரு எளிமையான முனிவர் மட்டுமே. அவர் நந்தினியிடம் உணவையும் ஆடைகளையும் மட்டுமே கேட்டு பயன்படுத்திக் கொள்கிறார். பசு என்னுடன் இருந்தால், நான் என்னுடைய நாட்டை விரிவுபடுத்தவும், எதிரிகளைக் கொல்லவும், என்னுடைய வீரர்களையும் குடிமக்களையும் கவனித்துக் கொள்ளவும் பயன்படுத்திக் கொள்ளலாம்,' என்று எண்ணினார்.

அருந்ததி மற்றும் வசிட்டரின் கவனத்தை மீட்டு, அவர், 'அன்புள்ள முனிவரே! நீங்கள் செய்வதை விடக் கூடுதலாய் எனக்கு நந்தினி தேவை என்று நினைக்கிறேன். தயவுசெய்து அவளை என்னிடம் கொடுங்கள். அதற்குப் பதிலாய், நீங்கள் நூற்றுக்கணக்கான ஏக்கர் நிலம், ஆயிரக்கணக்கான பசுக்கள் அல்லது தங்கக் குவியல்கள் மற்றும் வெள்ளி என்று எதைக் கேட்டாலும் தருகிறேன். உண்மையில் நந்தினி என்னுடன் இருக்க வேண்டும்,' என்றார்.

வசிட்டர் சிரித்துக்கொண்டே, 'நந்தினி எனக்குச் சொந்தமில்லை. அவளுக்கென்று சொந்த மனமும் ஆளுமையும் உள்ளது. அவள் பிரம்மாவிடம் இருந்து, நாங்கள் அவளை நமக்காகவோ அல்லது நம்

தனிப்பட்ட ஆசைகளுக்காகவோ பயன்படுத்தாமல், மற்றவர்களின் நன்மைக்காய் மட்டுமே பயன்படுத்த வேண்டும் என்ற நிபந்தனையுடன் எங்களிடம் வந்திருக்கிறாள். எனக்கும் அருந்ததிக்கும் அவள் ஒரு பெரிய வரம். நாங்கள் இருவரும் கற்பிப்பதில் மும்முரமாய் உள்ளதால், எங்களால் அவள் இல்லாமல் நிர்வகிக்க முடியாது. நான் தயைகூர்ந்து மன்னிப்பு கேட்கிறேன். என்னால் அவளை உங்களுக்குக் கொடுக்க இயலாது,' என்று நிதானமாய்க் கூறி மறுத்தார்.

அரசர் கலக்கமடைந்தார். 'இந்த முனிவருக்கு நான் பாடம் கற்பிப்பேன்,' என்று நினைத்தார். தன்னுடைய வீரர்களிடம் 'நந்தினியை என்னிடம் இப்போதே அழைத்து வாருங்கள். சூழ்நிலை கோரினால் சக்தியைப் பயன்படுத்தவும். நாம் அவளை நம்முடைய தலைநகருக்கு அழைத்துச் செல்லப் போகிறோம்,' என்று ஆணையிட்டார்.

இதைக் கேட்ட நந்தினி கலங்கிப் போனாள். பிறகு அவள் விசுவாமித்திரரை நோக்கித் திரும்பி, அவரை உற்று நோக்கினாள். திடீரென்று அவளுடைய கொம்புகளிலிருந்து ஆயிரக்கணக்கான வீரர்கள் வெளிப்பட்டனர். அரசனின் வீரர்களைக் கொல்லத் தொடங்கினர். சில நிமிடங்களில், அரசரின் அனைத்துப் படைவீரர்களும் இறந்தனர்.

விசுவாமித்திரர் மன்னிக்க முடியாத தன் நடத்தையைக் கண்டு வெட்கப்பட்டார். அவரது அறிவும் அமைதியான நடத்தையும் காரணமாய் தன்னை விடவும் வசிட்டர் மிகச் சிறந்த மனிதர் என்பதை உணர்ந்தார். 'சொந்தமாய் படை இல்லாமலேயே, வசிட்டர் என்னை விடவும் வலிமையாய் இருப்பதால் என்னுடைய வலிமையாலும் பலத்தாலும் என்ன பயன்?' என்று எண்ணினார்.

அதனால், வசிட்டரை நோக்கி, 'இன்று முதல், எனது நாட்டை விரிவுபடுத்தவும் செல்வத்தைச் சேகரிக்கவும் என்ற நோக்கில் நான் செயல்பட மாட்டேன். நான் அறிவைப் பின்தொடர்வேன் - அனைத்து உடைமைகளிலும் மிகச்சிறந்த ஒன்றை!' என்ற தன் முடிவினை வெளிப்படுத்தினார்.

இவ்வாறு கூறி விசுவாமித்திரர் சிம்மாசனத்திற்கான அவரது உரிமை உட்பட அனைத்தையும் கைவிட்டார். காலப்போக்கில், அவர் ஒரு அறிவார்ந்த முனிவரானார். இருப்பினும், அவர் எப்போதும் வசிட்டருடன் போட்டித்தன்மையுடன் இருந்தார். அவர் உயர்ந்த அறிவை ஒருபோதும் அடையவில்லை. உண்மையான ஞானிக்கு உரிய கனிவான உணர்வையும் பெறவில்லை.

விசுவாமித்திரர் வசிட்டரைத் தன்னைச் சப்தரிஷிகளுக்கு அடுத்தபடியான பிரம்மரிஷியாய் ஏற்றுக்கொள்ள வேண்டினார். ஆனால், வசிட்டர் ஏற்கவில்லை. இது வசிட்டரின் மாணவர்களுக்கு விசுவாமித்திரர் தொந்தரவு கொடுக்க ஊக்குவித்தது. ஆனாலும் வசிட்டர் மசியவில்லை.

ஒரு நாள், விசுவாமித்திரர் வசிட்டரின் ஆசிரமத்திற்கு அவரை உளவு பார்ப்பதற்காய் இரவில் வந்தார். இந்த வழியில், அவர் வசிட்டரின் படிப்பு விடயத்தைப் புரிந்துகொண்டு, பிறகு அவரை மிஞ்சும் நோக்கில் வேலைகளைச் செய்ய முடியும் என்ற எண்ணம் கொண்டார். எதிர்பாராமல் அவர் காதில் வசிட்டருக்கும் அருந்ததிக்கும் இடையே நடந்த உரையாடல் விழுந்தது.

'பாவம் விசுவாமித்திரன்... எவ்வளவு தவம் செய்திருக்கிறார்,' என்றார் அருந்ததி. 'ஆனால் அவர் ஒரு ஞானி சாதிக்க வேண்டிய உயர்ந்த நிலையை இன்னும் எட்டவில்லை. ஏன் அப்படி?' என்று வினவினார்.

'அவர் மீது எனக்கு மிகுந்த அக்கறையும் அன்பும் இருக்கிறது அருந்ததி. ஆனால் நான் அவரது சொந்த நலனுக்காய் அதை ஒப்புக் கொள்ளவில்லை. நான் அதைச் செய்யும் தருணம், அவர் அறிவைப் பெறும் நாட்டத்துடன் தொடர மாட்டார். அவர் தொடர வேண்டும். ஒரு ஞானியின் இறுதி குணம் இரக்கம். இப்போது, அவர் அறிவு சக்தியைக் கொண்டுவருகிறது என்று நினைக்கிறார். ஆனால் உண்மையில் மனித குலத்திற்கு உதவியாய் இருக்கும் கனிவுடன் கூடிய அறிவே உன்னதச் சக்தியைக் கொண்டு வரும்,' என்று பதிலளித்தார்.

இதைக் கேட்ட விசுவாமித்திரர் துக்கமடைந்தார். வசிட்டரின் வார்த்தைகளின் ஆழத்தை உணர்ந்தார். ஆசிரமத்தை விட்டு வெளியேறினார். அறிவை நாட வேண்டும் என்று முடிவு செய்தார்.

அருந்ததியுடனும் வசிட்டருடனும் நிறைய நேரம் செலவிட்ட பிறகு, நந்தினி மீண்டும் பிரம்மாவின் இருப்பிடமான பிரம்மலோகத்திற்குச் சென்றாள். இதற்கிடையில், வசிட்டரும் அவரது மாணவர்களும் தவம் செய்ய இமய மலைக்குச் செல்ல முடிவு செய்தனர். அவர்கள் திரும்பும் வரை, மீதமுள்ள மாணவர்களுடன் அருந்ததி ஆசிரமத்திலேயே தங்கினார்.

வசிட்டரும் அவருடைய மாணவர்களும் இல்லாத போது, நாட்டை பெரும் பஞ்சம் தாக்கியது.

வசிட்டர் தனது யோக சக்தியின் மூலம் இதைக் கண்டுபிடித்து, சிவனிடம், 'இறைவா, தயவு செய்து தனியாய் ஆசிரமத்திலிருந்து போராடும் என் மனைவியைக் காப்பாற்று,' என்று வேண்டிக்கொண்டார்.

அருந்ததியோ, மறுபுறம், 'ஓ சிவனே, தயவுசெய்து என் கணவரைக் காக்க வேண்டுகிறேன். நான் நிலத்தில் இருக்கிறேன், பிழைத்துக் கொள்ளலாம். ஆனால் பாவம்... என் கணவனின் நிலையை நினைத்து, திகைப்படைக்கிறேன். அவர் தவம் முடிந்து விரைவில் திரும்ப வேண்டும் என்று நான் வேண்டுகிறேன்,' என்று வேண்டிக்கொண்டார்.

சில நாட்களில், அப்பகுதியின் பஞ்சத்தினால் குருகுலமும் மூடப்பட்டது. ஆசிரமத்தில், அருந்ததி தொடர்ந்து தனியாய் வசித்து வந்தார்.

ஒரு நாள், ஒரு சிறுவன் ஆசிரம வாயில் முன் தோன்றி, அருந்ததியிடம், 'தாயே! நான் பட்டினியாய் இருக்கிறேன். வசிட்ட முனிவரின் ஆசிரமம் எங்கே என்று உங்களால் சொல்ல முடியுமா? அருகில் இருப்பதாகக் கேள்விப்பட்டேன்,' என்று வேண்டி நின்றான்.

'என் செல்லக் குழந்தையே! இது அவருடைய ஆசிரமம் தான். ஆனால் அவர் தொலைவில் உள்ளார். நிலத்திற்காகவும் மக்கள் நலத்திற்காகவும் தவம் செய்யச் சென்றுள்ளதால், மேலும் சிறிது காலம் ஆகும். உனக்கு என்ன தேவை?' என்றார் அன்புடன் அருந்ததி.

'நான் வெகுதொலைவிலிருந்து இமயமலையிலிருந்து வந்திருக்கிறேன். எனக்குப் பெற்றோர் இல்லை. நான் எங்கும் செல்ல முடியாது. நான் முனிவரிடம் வேதம் கற்கும் நம்பிக்கையில் இங்கு வந்தேன். ஆனால் ஐயோ! அவர் இங்கே இல்லை. நான் இப்போது என்ன செய்வேன்?' என்றான் கவலையுடன்.

'அப்படியானால் இங்கேயே இரு. பஞ்சம் இருக்கிறது. ஆனால் என்னிடம் என்ன இருந்தாலும் நான் உன்னுடன் பகிர்ந்து கொள்கிறேன். நீ என்னை அனுமதித்தால் நானும் உனக்குக் கற்பிக்க முடியும். முனிவர் திரும்பி வருவதற்குச் சிறிது காலம் ஆகலாம். ஆனால் நீ கவலைப்பட வேண்டாம். அதுவரை சமாளித்துக் கொள்ளலாம்.' அருந்ததி அரிசி இல்லாததற்கு மன்னிப்பு கேட்டுக்கொண்டு, கொஞ்சம் வறுத்த விதைகளைச் சாப்பிடக் கொடுத்தார்.

இதனால், சிறுவன் ஆசிரமத்தில் குடியேறினான். ஒவ்வொரு நாளும் அவரிடமிருந்து பாடங்களைக் கற்றான்.

நாட்கள் செல்லச் செல்ல அருந்ததி சிறுவனுக்கு வேதங்களைக் கற்றுக் கொடுத்தார். அவரது கணவரும் அவரது மாணவர்களும் பாதுகாப்பாய் திரும்ப, தொடர்ந்து வேண்டிக்கொண்டார்.

இறுதியாய், வசிட்டர் தனது சீடர்களுடன் திரும்பி வந்தார். அவர் அவரது மனைவி நல்ல மனநிலையில் இருப்பதைக் கண்டு மகிழ்ந்தார்.

'ஓ அருந்ததி, சிவனார் என்னுடைய வேண்டுதலைக் கேட்டுள்ளார். உன்னை நன்றாய்ப் பார்த்துக் கொண்டுள்ளார்!' என்றார் நிறைவுடன்.

'கணவரே, நீங்களும் பாதுகாப்பாய் திரும்பி வந்ததில் நானும் பரவசம் அடைகிறேன். இறைவன் என்னுடைய வேண்டுதலையும் கேட்டுள்ளார்!' என்றார் நிறைவுடன் அருந்ததியும்.

வசிட்டர் சிறுவனைப் பார்த்தார். அவர் மனைவியிடம், 'யார் இது?' என்று கேட்டார்.

அருந்ததி முனிவரிடம் பையனைப் பற்றிய வருகையையும் அவனது சூழல்களையும் சொல்லி முடித்ததும், சிறுவன் தன்னை இறையருளான சிவனாய்க் காட்சிப்படுத்தினான்! இருவரின் வேண்டுதல்களையும் அவர் செவியுற்றார். அவர் அருந்ததியைப் பார்த்துச் சிரித்தார். 'உங்களிடமிருந்து நான் வேதங்களைக் கற்றது என் நற்பேறு. வசிட்டரின் மீதான உங்கள் பாசமும் பக்தியும் எந்த மனிதத் தரங்களாலும் அளவிடப்பட முடியாது. காலப்போக்கில், நீங்கள் உங்கள் கணவருடன் வானத்தில் ஒரு நட்சத்திரமாய் மாறுவீர்கள். நீங்கள் எல்லா இடங்களிலும், எல்லாவற்றிலும் மனிதர்களுக்கு ஒரு நித்திய முன்மாதிரியாய் இருப்பீர்கள். ஒவ்வொரு திருமண தம்பதிகளும் உங்களைப் பார்ப்பார்கள்.'

சிவன் வசிட்டரிடம் திரும்பி, 'அருந்ததி உங்கள் உண்மையான இணை! உங்கள் இருவருக்கும் கடவுளர்கள் ஆசிகள் தரட்டும்,' என்று கூறினார்.

இவ்வாறு கூறி, சிவன் மறைந்தார்.

இன்று சில வீட்டு கலாச்சாரத்தில், புதுமணத் தம்பதிகள் மணமகனுக்கும் மணமகளுக்கும் அருந்ததி மற்றும் வசிட்டர் நட்சத்திரங்கள், அவர்கள் போல் இருக்க வேண்டும் என்பதற்காய், இரவில் காட்டப்படுகின்றன. மிகவும் வயதான தம்பதிகள் கூடச் சில நேரங்களில், அவர்களின் காதலை மதிக்கும் வகையிலும் ஒருவருக்கொருவர் கொண்ட அர்ப்பணிப்பிற்காகவும், வசிட்ட-அருந்ததி எனக் குறிப்பிடப்படுகிறார்கள்.

இன்று அருந்ததி என்பது திருமணத்திற்குத் தொடர்புடைய கற்பையும் பக்தியையும் மகிழ்ச்சியையும் குறிக்கும் ஒரு பெயராய் மாறிவிட்டது. நாடு முழுவதும், அவரைப் பற்றிய நாடகங்கள் பலவும், பெரும்பாலும் காட்சிப்படுத்தப்படுகின்றன.

# அழியாமையின் சாபம்

நீண்ட காலத்திற்கு முன்பு, நரன் மற்றும் நாராயணன் என்ற இரு முனிவர்கள் புவியில் உள்ள மக்களின் நலனுக்காய் தவம் செய்தனர். அவர்களின் தவம் தீவிரமானது. அவர்கள் இமயமலையில் பத்ரிகாவின் ஆசிரமத்தில் வசித்து வந்தனர்.

தேவர்களின் அரசன் இந்திரன் ஒற்றர்களின் வழியில், அவர்களது இந்த வளர்ச்சியை அறிந்ததும், கவலை கொண்டார். எப்போதும் போல் இல்லாமல் பாதுகாப்பற்றதாய் உணர்ந்தார். தவத்தின் பலனாய் இந்திரனின் அரியணையை அந்த முனிவர்கள் கேட்டால் என்ன செய்வது? எனவே, அவர்களைத் தொந்தரவு செய்யத் தீய திட்டம் ஒன்றைத் தீட்டினார்.

ரம்பை, திலோத்தமை, புஷ்பலதா மற்றும் மேனகா போன்ற நேர்த்தியான நடனக் கலைஞர்கள் அல்லது அப்சரசுகளுடன் இந்திரனின் அரசவை சிறந்து விளங்கியது. ரம்பாவையும் புஷ்பலதாவையும் அழைத்தார். 'தியானம் செய்யும் நர மற்றும் நாராயண முனிவர்களின் தவத்தைக் கெடுப்பதே நான் உங்களுக்குக் கொடுக்கும் பணி. செயல்முறையை விரைவுபடுத்தி உதவ, அன்பின் கடவுளான மன்மதனையும் நான் அனுப்புகிறேன்,' என்று அவர்களுக்கு ஆணையிட்டார்,

அப்சரசுகள் தலையசைத்து, புவியில் இறங்கினர். அங்கு, இரண்டு முனிவர்களையும் சுற்றி, மன்மதன் வசந்த காலத்தின் அற்புதமான சூழலை உருவாக்கினார். மலரும் மலர்களும் அவற்றின் இனிய வாசமும், புதிய பசுமையான மரங்களும், அழகிய குளங்களும், பறவைகளின் கீச்சிடும் ஒலிகளும், அவ்விடத்தைக் காதலால் மயக்கும் இடமாய் மாற்றியது. அப்போதும், முனிவர்கள் தங்களது கண்களைத் திறக்கவில்லை.

மன்மதன் அப்சரசுகளிடம், 'நான் என் கடமையைச் செய்துவிட்டேன். கடந்த முறை சிவனார் முன் நின்று சாம்பலானது போல் இப்போது இங்கு நான் நிற்க விரும்பவில்லை. இனிமேல் செய்ய வேண்டியது நீங்களே,' என்று கூறி அவ்விடத்தை விட்டு அகன்றார்.

விரைவில், காதல் கடவுள் வெளியேறினார்.

ரம்பாவும் புஷ்பலதாவும் ஆடவும் பாடவும் தொடங்கினர். ஆனால் அதனால் எப்பயனும் இல்லை - நரனும் நாராயணனும் தொடர்ந்து தியானம் செய்தனர்.

இந்திரனின் அதிருப்திக்கு அஞ்சி நாராயணனை அணுகி, அவரைத் தொட்டனர். அவரிம் அவர்கள், 'முனிவரே, தேவலோகத்தை அடைய நீங்கள் இப்படித் தவம் செய்யத் தேவையில்லை. நாங்கள் இங்கே இருக்கிறோம். உங்களைச் சுற்றி இருக்கும் இந்த இடமே தேவலோகம் போன்று உள்ளது. அதனால் கண்களைத் திறவுங்கள்,' என்று மையலுடன் கூறினர்.

இப்போது, அமைதி குலைந்த நாராயணன் கண்களைத் திறந்தார். தன்னைச் சுற்றிப் பார்த்ததும், என்ன நடக்கிறது என்பதைப் புரிந்து கொண்டு மிகவும் ஆத்திரமடைந்தார். 'எங்கள் அனுமதியில்லாமல் இங்கு வந்து, நாங்கள் சிறிதும் விரும்பாத இந்தச் சூழலை உருவாக்க உங்களுக்கு எப்படித் துணிவு வந்தது?' என்று சத்தமிட்டார்.

ரம்பாவும் புஷ்பலதாவும் பயந்து ஒடுங்கிய போது, நரனும் தன்னுடைய கண்களைத் திறந்தார். வாழ்வில் சாதித்த முனிவர்கள், அவர்களின் வாழ்க்கையின் போக்கினை மாற்றும் திறன் கொண்ட சக்திவாய்ந்த சாபங்களைக் கொடுக்க முடியும் என்பதை அவர்கள் அறிந்திருந்தனர். உடனே நடனக் கலைஞர்கள் இருவரும் நாராயணனின் பாதங்களில் விழுந்து, 'எங்களை மன்னியுங்கள். உங்களுக்கு எந்தத் தீங்கும் செய்ய நாங்கள் விரும்பவில்லை. ஆனாலும், நாங்கள் எங்கள் நாட்டின் சட்டங்களுக்குக் கட்டுப்பட்டிருக்கிறோம். எங்கள் அரசரான இந்திரன் எங்களுக்கு இத்தகைய பணியினைச் செய்யக் கட்டளையிட்டார். நாங்கள் அவர் இட்ட பணியைச் செய்யக் கடமைப்பட்டு இருக்கிறோம். தயவுசெய்து, எங்கள் மீது கருணை காட்டுங்கள்,' என்று கெஞ்சினர்.

நாராயணன் இந்திரனிடம் வருத்தம் கொண்டான். அப்சரசுகளிடம் அவர், 'உங்கள் நிலை எனக்குப் புரிகிறது. ஆனால் என்னால் இந்திரனை மன்னிக்க முடியாது. அவன் ஒரு நடனக் கலைஞர்களை ஆயுதமாய்ப் பயன்படுத்தும் ஒரு கோழை,' என்றார்.

தேவலோகத்திலிருந்து பார்த்துக் கொண்டிருந்த இந்திரன், முனிவர் தன்னைச் சபிக்கப் போகிறார் என்று பயந்தார். கவனத்துடன் தவம் செய்யும் மக்களைத் திசைத் திருப்ப அவர் எப்போதுமே நடன மாந்தர்களை அனுப்பும் சூழ்ச்சியைச் செய்தவர். விசுவாமித்திரரைப்

போல, சமயங்களில் திட்டம் வேலை செய்யும். ஆனால் சில நேரங்களில் அது அவர் மேலேயே திரும்பும் வண்ணம் செயல்படாமல் போகும்.

ஒரு நொடியில், இந்திரன் நரன் மற்றும் நாராயணன் முன் தோன்றினார். 'மன்னிக்கவும், என் அன்பான முனிவர்களே,' என்று கைகளைக் கூப்பினார். ‹தயவு செய்து என்னை மன்னித்து விடுங்கள்!›

'புவியில் வாழ்வும் மக்கள் நலனுக்காய் நான் தவம் செய்து கொண்டிருந்தேன். ஆனால் நீங்கள் எப்பொழுதும் தவம் செய்யும் முனிவர்கள் உங்களது அரியாசனத்திற்கு ஆசைப் படுவார்கள் என்று கருதுகிறீர்கள். நம்மில் பெரும்பாலோர் அழியாமை அல்லது உங்களுடைய அரியணையைப் பற்றிச் சிறிதும் கவனத்தில் கொள்வதில்லை என்பதே உண்மை. எங்களை ஈர்க்க இந்த ஆதரவற்ற பெண்களை அனுப்புகிறீர்கள். அவர்கள் புவியில் மிகவும் பிரமிக்க வைக்கும் அழகிகளாய் இருக்கலாம். ஆனால் என் சக்தியால், இந்த அப்சரசுகளை விட, நான் ஒரு சிறந்த அழகான பெண்ணை உருவாக்க முடியும்,' என்று நாராயணன் சொன்னான்.

இவ்வாறு கூறி, நாராயணன் ஒரு கண்கவர் கன்னியைப் படைத்தார். உண்மையில், அவளுடைய அழகு வழக்கத்திற்கு மாறானது. உலகம் இதுவரை பார்த்திராத அழகுடன் திகழ்ந்தாள். அவள் வந்து அவரது பாதத்தைத் தொட்டதும், நாராயணன் இந்திரனை நோக்கி, ‹இவள் ஊர்வசி, என் தவத்திலிருந்து உதித்த மகள். அவளைப் பாருங்கள் - அவள் உலகிலேயே மிகவும் அழகான கன்னி. நல்ல நற்பண்புகள் நிறைந்தவள். நீங்கள் அவளைப் போல் யாரையும் கண்டிருக்க முடியாது,' என்றார்.

உடனே, தன் மனைவி சச்சியும் மற்ற அப்சரசுகளும் ஊர்வசியின் அழகுடன் ஒப்பிடும் போது ஒன்றும் இல்லை என்று இந்திரன் உணர்ந்தார். அவர் வணங்கி, முனிவரிடம், ‹நீங்கள் அனுமதித்தால், நான் அவளை என்னுடைய இருப்பிடத்திற்கு அழைத்துச் செல்லலாமா? அவளை அப்சரசுகளின் தலைவியாய் ஆக்குவேன்,' என்றார் ஆவலுடன்.

நாராயணன் புன்னகைத்தார். ‹நான் ஒரு துறவி. என்னுடைய தவத்திற்கு என்னுடைய மகள் இருக்க வேண்டிய தேவையில்லை. அவள் விரும்பினால், அவளை உங்களுடன் நீங்கள் அழைத்துச் செல்லலாம்,' என்றார்.

ஊர்வசியின் சம்மதத்துடன், இந்திரன் அவளை விண்ணுலகிற்கு அழைத்துச் சென்றார்.

இந்திரனின் அவையில் பலத்த விவாதங்கள் தொடங்கின.

அழியாதவர்கள் மட்டுமே விண்ணுலகத்தில் இருக்க முடியும். ஒரு மனித உடல் கொண்ட பெண், அந்த நாட்டுற்குள் நுழைய அனுமதிக்க முடியுமா?

கூடாது. அவள் இறந்து, தன்னுடைய மனித வடிவத்தை இழந்த பின்னரே நுழைய முடியும்.

தேவர்கள் ஊர்வசியைப் பார்க்கும் வரை விவாதம் நடந்தது. அவளைப் பார்த்ததுமே, அவர்கள் உடனடியாய் அவளுக்கு அவர்களது நாட்டில் வாழும் குடியுரிமை வழங்க ஒப்புக்கொண்டனர். அவளுக்கு எல்லா கடவுள் குணங்களையும் கொடுத்தனர்: அழியாமை, மாறும் ஆற்றல், நொடியில் பயணம் செய்யும் திறன் மற்றும் பல. ஊர்வசி மனித தோற்றத்துடன் இருந்தபோதிலும், அவள் என்றென்றும் விண்ணுலகத்தில் வாழ முடியும்.

முதலில் ஊர்வசி தயங்கினாள். அவளுக்குக் கடவுளர்களின் ஆற்றல் இருந்தது. ஆனால் அவளுடைய இதயம் மனித இதயமாகவே இருந்தது. அவள் தனக்கேற்ற இணைக்கு ஏங்கினாள். இந்திரனிடம் செல்ல பிராணி ஒன்றை வைத்துக் கொள்ள அனுமதி கோரினாள்.

இந்திரன் சிரித்துவிட்டு, 'அதற்கு உனக்கு என் அனுமதி தேவையில்லை! ஒவ்வொரு கடவுளுக்கும் விலங்கின் வடிவில் ஒரு வாகனம் உண்டு. என்னிடம் ஐராவதம் யானை உள்ளது. சிவனுக்கு நந்தி காளை உள்ளது மேலும் விஷ்ணுவிடம் கருடன் பறவை உள்ளது.'

ஊர்வசி ஆட்டை வைத்துக் கொள்ள முடிவு செய்தாள். அந்த விலங்கு மிகவும் மென்மையாயும் இனிமையாயும் இருக்கும். அது ஊர்வசியின் வாழ்க்கையில் ஒரு நிலையான அங்கமாய் மாறியது.

இதற்கிடையில், பாரத முனி, இந்திய பாரம்பரிய நடனத்தின் தந்தை, ஊர்வசியின் சிறந்த நடனத் திறமையைக் கண்டார். இந்திரனிடம், 'நான் இலட்சுமி சுயம்வரம் என்ற நாடகத்தை எழுதியுள்ளேன். நீண்ட காலமாய் முக்கிய பாத்திரத்தில் நடிக்க, பொருத்தமான பெண்ணைத் தேடிக் கொண்டிருக்கிறேன். நான் தேடிக்கொண்டிருந்ததை ஊர்வசியிடம் கண்டேன் - அவள் தோற்றத்திலும் நற்பண்புகளிலும் இலட்சுமியை ஒத்திருக்கிறாள். வேறு யாரையும் இந்தப் பாத்திரத்தில் நடிக்க என்னால் நினைக்க முடியாது. தயவுசெய்து அவளை அவ்வாறு செய்ய அனுமதிப்பீர்களா?' என்று கேட்டார்.

'நிச்சயமாய்! தயவு செய்து செய்யுங்கள்,' என்று இந்திரன் கூறி, ஆசிகளை வழங்கினார்.

புகழ்பெற்ற முனிவரின் நாடகத்தின் ஒரு முக்கிய கதாபாத்திரத்தில் நடிக்க வாய்ப்பு கிடைத்தது தெரிந்ததும் ஊர்வசி சிலிர்த்துப் போனாள்!

ஊர்வசி அறிந்திராத, அசுரர்களின் தற்போதைய அரசன் கேசி என்ற அசுரன் வாழ்ந்தான். ஒரு நாள், அவனது ஒற்றர்கள் அவனிடம் ஊர்வசி பற்றியும் அவளது மகத்துவம் பற்றியும் சொன்னார்கள். உடனே அவளைப் போன்ற அழகான மனைவி தனக்குத் தகுதியானவள் என்று எண்ணி கேசி அவளைக் கடத்த விரும்பினான்.

கடத்தல் திட்டம் குறித்து அவன் பேசிக் கொண்டிருந்த போது, அலைந்து திரியும் நாரத முனிவர் அங்கு வந்த போது, நடப்பதைக் கேட்க நேர்ந்தது. அவர் சிரித்துக்கொண்டே, 'கேசி, உன்னுடைய இந்தத் திட்டத்தைக் கைவிடுவது நலம் என்று எண்ணுகிறேன். ஊர்வசி விண்ணுலகத்தில் வசிக்கிறாள், இந்திரனிடம் பல வல்லமைகள் உள்ள, உதவும் மனித நண்பர்கள் உள்ளனர். உதாரணமாய், சந்திர வம்சத்தைச் சேர்ந்த புரூரவ மன்னன் சிறந்த போர்வீரனும் தேவர்களின் நண்பனும் ஆவான். நீங்கள் ஊர்வசியைக் கடத்தினால், பெரும் போர் தொடங்கும். மாறாய், நல்ல உத்தியைப் பயன்படுத்தவும். சில சமயங்களில், அப்சரசுகள் இயற்கைக்காட்சியிலும் விண்ணுலகத்தின் எளிமையிலும் சலித்துவிடுவார்கள். எல்லாவற்றிற்கும் மேலாய், அவர்கள் அழியாதவர்கள். எப்போதும் ஒரே மாதிரியான விடயங்களைப் பார்க்கிறார்கள். எனவே, மேலே உள்ள மண்டலத்தில் கிடைக்காத புவியின் அழகை இரசிக்க இங்கே கீழே அவர்கள் வருகிறார்கள். அவர்கள் இயற்கையின் வெவ்வேறு பருவ மாறுபாட்டை அனுபவிக்கவும் மனிதகுலம் காலப்போக்கில் உருவாக்கும் பல்வேறு மாறுபட்ட உணவுச் சுவைகளைச் சுவைக்கவும் செய்கிறார்கள். அந்த வாய்ப்பைப் பயன்படுத்தி, ஊர்வசியைச் சந்தி. அவளிடம் உங்கள் அன்பை வெளிப்படுத்துங்கள். உண்மையான அன்பு எந்தப் பெண்ணையும் கவர்ந்திழுக்கும்,' என்று அறிவுறுத்தினார்.

நாரதரின் வார்த்தைகள் அர்த்தமுள்ளதாய் இருந்தது, கேசி உறுதியாய் நம்பினார். ஊர்வசியைப் பார்க்கச் சரியான நேரத்திற்காய் காத்திருக்க முடிவு செய்தார்.

விரைவில், குபேரனின் அவையில் பரத முனி இலட்சுமி சுயம்வரம் நாடகத்தை அரங்கேற்ற முடிவு செய்தார். செல்வத்தின் கடவுளான குபேரன், நடிகர்களை அவைக்கு அழைத்து வர தனது வாகனமான புஷ்பக விமானத்தை அனுப்பினார்.

வழியில் ஊர்வசியும் அவள் தோழிகளும் குனிந்து புவியைப் பார்த்தனர். அப்போது அங்கு மழைக்காலமாய் இருந்தது. மூடுபனி மேகங்கள் வானத்தில் மிதந்தன. கிரகம் தழைத்தும் பச்சைப்பசேல் என்றும் காணப்பட்டது. ஊர்வசிக்கு வீட்டு நினைவு வந்து, 'வாருங்கள், இடைவேளை எடுத்துக்கொண்டு, இங்கே சிறிது நேரம் தங்கலாம். புவியின் பசுமையான அழகை நாம் ரசிக்கலாம்,' என்று அனைவரையும் அழைத்தாள்.

அனைவரும் ஒப்புக்கொண்டனர்.

புஷ்பக விமானம் ஒரு மலை உச்சியில் நிறுத்தப்பட்டது. அனைவரும் கீழே இறங்கி சுற்றுப்புறத்தை ரசித்தனர்.

கேசி ஊர்வசியைப் பார்க்க இந்த வாய்ப்பைப் பயன்படுத்தினான். அவள் மிகவும் அழகாய் இருந்தாள். அவள் தன்னை ஏற்றுக்கொள்ள மாட்டாள் என்று அவனுக்குத் தெரியும். எனவே, அவன் அவளைக் கடத்தி, திருமணம் செய்துகொள்ளும் தன் முந்தைய திட்டத்திற்குத் திரும்பினான். அவன் சூறாவளியாய் உருமாறி, ஊர்வசியை உதவிக்காய் கத்த தொடங்கிய அவளது தோழிகளிடமிருந்து. அப்படியே அள்ளிச் சென்றான். அந்த வழியாய்ச் சென்று கொண்டிருந்த மன்னன் புரூரவன், அந்தச் சத்தத்தைக் கேட்டு கேசியைப் பின் தொடர்ந்தான். விரைவில், அவர்களுக்கு இடையே கடுமையான சண்டை நடந்தது. கேசி தோற்றான்.

போருக்குப் பிறகு, புரூரவன் ஊர்வசியைத் தெளிவாய் முதல் முறையாய்ப் பார்த்தான். அவனும் காதலில் விழுந்தான். நினைத்துப் பார்க்க முடியாத அளவுக்கு, அழகாய் இருந்தாள். அவள் வாழ்க்கையில் பல கடவுள்களையும் மனிதர்களையும் பார்த்திருந்தாலும், அவளே வியக்கும் வகையில், அவனது உணர்வுகளுக்குப் பதில் அன்பைத் திருப்பிக் கொடுத்தாள். கனத்த இதயத்துடன் இருவரும் தனித்தனியாய்ச் சென்றனர் - புஷ்பக விமானத்தில் குபேரனின் அவைக்கு ஊர்வசியும், புரூரவன் மீண்டும் தன் நாட்டிற்கும்.

இருப்பினும் இரவும் பகலும் ஊர்வசி புரூரவனையே நினைத்துக் கொண்டிருந்தாள். அவளது ஒத்திகையைக் கச்சிதமாய் செய்வதில் தவறினாள். அப்சரசுகள் எவரையும் மிகவும் ஆழமாய் காதலிக்காததால், அது கடந்து செல்லும் கட்டமாய் இருக்கும் என்று எல்லோரும் நினைத்தார்கள். ஆனால் ஊர்வசியின் இதயம் மனிதத்துவம் கொண்டு இருந்தது. மற்ற அப்சரசுகளுக்கு அவள் உணர்வுகள் புரியவில்லை.

நிகழ்ச்சி நடந்த அன்று, நிகழ்ச்சியைக் காணும் ஆர்வத்துடன் அவையில் கூட்டம் நிரம்பி வழிந்தது. விஷ்ணுவும் இலட்சுமியும் கூட உடனிருந்தனர். நாடகம் பெரும் ஆடம்பரத்துடன் தொடங்கியது.

விஷ்ணுவுக்கு மாலை அணிவிக்க ஊர்வசி நின்றபோது நிகழ்ச்சியின் உச்சகட்டத்தில், அவள் சொல்ல வேண்டியது, ‹எல்லாவற்றிலும் உலகில் உள்ள உயிரினங்கள்-சூரன், அசுரன் மற்றும் பிற - நான் விஷ்ணுவிற்கு மாலை இடுவேன்.' எனினும் எண்ணங்களில் மூழ்கியிருந்த ஊர்வசி புரூரவனின், 'நான் புரூரவருக்கு மாலையிடுகிறேன்,' என்றாள்.

அனைவரும் அதிர்ச்சியடைந்தனர். அவை முழுவதிலும் மௌனம் நிறைந்திருந்தது.

நாடகம் நிறுத்தப்பட்டது. பரத முனி நிலைகுலைந்தார். ‹நான் பொறுமையாய் இருந்து ஒரு சரியான நடிகையைக் கண்டுபிடிக்க பல ஆண்டுகள் எடுத்துக்கொண்டேன். அவர்களின் வாழ்க்கையின் உண்மையான மெய்யான சித்தரிப்பைப் பார்க்க, இலட்சுமியும் விஷ்ணுவும் கூட இங்கே இருக்கிறார்கள். ஆனால் நீ ஒரு மனிதனின் பெயரைச் சொல்லி அதை முழுவதுமாய் கெடுத்துவிட்டாய். நான் உன்னைச் சபிக்கிறேன் - நீ விண்ணுலகின் குடியுரிமையை இழப்பாய். மனிதனாய், புவியில் வாழ்வாய். நீ வேறு இடத்தில் வாழ தகுதியற்றவள்,' என்று அவர் கூறினார்.

சில நொடிகளில், ஊர்வசி மனிதனாய்த் தனது ஆட்டுடன் புவியில் இருக்க கண்டாள்.

விண்ணுலகில், இந்தச் சாபம் பேரழிவை உருவாக்கியது என்று அவள் அறிந்திருக்கவில்லை. இந்திரன் மிகவும் துன்பப்பட்டார். ஆனால் சாபத்தை முறியடிக்க எதையும் வீரமாய்ச் செய்யும் துணிவு அவரிடம் இல்லை. ஒரு சிறிய பிழையால் அவரது அவையில் மிகப்பெரிய இரத்தினம் பறிக்கப்பட்டது. ஊர்வசியை மன்னிக்கும் படி பரத முனியிடம் சென்று கெஞ்சினார். முனிவர், 'சரி, இதோ தீர்வு. ஊர்வசி கருவுறும் போது, அவள் கணவன் குழந்தையைப் பற்றி அறியும் நேரத்தில், அவள் மனிதனாய் வாழ்வது நின்று, உங்கள் ஆட்சிக்குத் திரும்புவாள் - அவள் முன்பு இருந்ததைப் போலவே இருப்பாள்,' என்று சாப விமோசனத்திற்கான வழியைத் தெரிவித்தார்.

ஊர்வசி எதை விரும்புவாள் என்று இந்திரனோ, பரத முனியோ கவனம் கொள்ளவில்லை. அவள் உட்பட அனைவரும் அழியாமையிலிருந்து

விண்ணகத்தில் வாழ்வதில் மகிழ்ச்சி அடைவார்கள் என்று அவர்கள் வெறுமனே கருதினர்.

சாபத்தின் மாற்றத்தையும், புவியில் அவள் காலம் தற்காலிகமானது என்ற உண்மையும் அறியாது, ஊர்வசி இந்தச் சூழ்நிலையில் மகிழ்ச்சியடைந்தாள். அவள் ஒரு மனிதனாய் இருப்பதில் மகிழ்ச்சி அடைந்தாள். இப்போது புரூரவனுடன் திரும்பி, அவள் மகிழ்ச்சியாய் இருந்தாள். ஆழ்ந்த காதலில், அவர்கள் திருமணம் செய்து கொண்டு, விரைவில் இணைபிரியா தம்பதிகள் ஆயினர்.

ஊர்வசியின் புரூரவனுடன் ஆன மகிழ்ச்சியான உறவை இந்திரன் அறிந்ததும், அவர் மகிழ்ச்சியற்றவரானார். பொறாமைக் கொண்டார். அவரது ஒற்றர்கள் வழியாய், நடவடிக்கை எடுக்க முடிவு செய்தனர். அவரிடம் சொல்லாமல், இரவில் ஊர்வசியின் ஆட்டினைத் திருடிச் சென்றனர்.

மறுநாள் காலை ஊர்வசி ஆட்டினைக் காணாமல், அதைத் தானே தேட முடிவு செய்தாள். அவளது தேடலின் போது, அவள் சிவனின் மகனான கார்த்திகேயனுக்குச் சொந்தமான காட்டுக்குள் நுழைந்தாள். காடு ஒரு சிறப்பு விதியைக் கொண்டிருந்தது அவளுக்குத் தெரியாது - எந்தப் பெண்ணும் நுழைய அனுமதிக்கப்படவில்லை. அவள் உள்ளே சென்றவுடன், அவள் வெளியேற அனுமதிக்கப்படாமல் சிறைப்படுத்தப்பட்டாள். எப்பொழுது அவள் கார்த்திகேயனின் படைவீரர்களிடம் கார்த்திகேயனைச் சந்திக்கக் கோரிய போதும், அவளாய் கைவிடும் வரை, அவர்கள் மீண்டும் மீண்டும் அவளது தீவிர கோரிக்கையை மறுத்துவிட்டனர்.

இதற்கிடையில், புரூரவன் சொந்தமாய், அவரது மனைவியைத் தீவிரமாய் தேடத் தொடங்கினார். கடைசியில் ஒரு தூதர் வந்து, கார்த்திகேயனின் காட்டில் ஊர்வசி கைது செய்யப்பட்டதைப் பற்றித் தகவல் சொன்னார். விரைவாய், புரூரவன் கார்த்திகேயனைச் சந்தித்து, தனது மனைவியை விடுவிக்குமாறு கேட்டுக் கொள்ள காட்டிற்குப் புறப்பட்டார். புரூரவனையும் அவனது பலத்தையும் அறிந்த அன்பான கார்த்திகேயன், ஒப்புக்கொண்டு ஊர்வசி வெளியேற அனுமதித்தார்.

ஊர்வசியின் விடுதலையை அறிந்தவுடன், புரூரவனின் மனைவி மீதான காதல் ஆழமானது என்பதையும், கடவுளின் படையின்

தலைவரான தளபதி கார்த்திகேயனைக் கூட எதிர்த்துப் போராடும் திறன் பெற்றவர் என்பதையும் இந்திரன் உணர்ந்தார். எனவே, அவரது சிறந்த நடவடிக்கை ஆடுகளை அப்படியே அலைந்து திரிந்தது போல் திருப்பி அனுப்புவது மட்டுமே. அவர் அவ்வாறு செய்யும்படி தனது வீரர்களுக்கு அறிவுறுத்தினார்.

விரைவில், தம்பதிகள் தங்கள் மகிழ்ச்சியான வாழ்க்கைக்குத் திரும்பினர். பிறகு சிறிது காலத்தில், ஊர்வசி கர்ப்பமாய் இருப்பது தெரிந்தது. அவள் பரவசமடைந்து, இந்தச் செய்தியைத் தனது கணவரிடம் பகிர்ந்து கொள்ள பொறுமையின்றி காத்திருந்தாள். ஆனால் அவள் அதைச் செய்யும் முன்னர், அவளது தோழி ரம்பா விண்ணிலிருந்து கீழே இறங்கி, அவளை ஒருபுறம் அழைத்துச் சென்று, எப்படிச் சாபம் மாற்றப்பட்டது என்பது பற்றிச் சொன்னாள். 'ஊர்வசி, இந்த வளர்ச்சி பற்றிப் புரூரவனிடம் தயவு செய்து சொல்லாதே. நீ அப்படிச் செய்தால், அதன் பிறகு நீ அவரை விட்டுப் பிரிய வேண்டும். நீ உண்மையில் அவரை நேசித்து அவருடன் இருக்க விரும்பினால், குழந்தையைப் பற்றி அவர் தெரிந்து கொள்ள வேண்டாம்,' என்றாள்.

ஊர்வசி உடைந்து போனாள். அவள், 'ஏன் என்னால் முடியாது கணவனும் குழந்தையும் உள்ள எளிய குடும்ப வாழ்க்கை வாழ முடியாது? இப்போது நான் இரண்டு சாத்தியமற்ற விருப்பங்களுக்கு இடையே தேர்வு செய்யவேண்டும்: நான் என் கணவருடன் இருக்க விரும்பினால், பிறகு நான் என் குழந்தையை விட்டுவிட வேண்டும்; நான் என் குழந்தையைத் தேர்வு செய்தால், நான் என் கணவரைக் கைவிட வேண்டும்,' என்று கூறி அழுதாள்.

எவ்வளவோ முயன்றும் ஊர்வசியால் கணவன் மற்றும் குழந்தை இருவருடனும் இருக்க ஒரு வழியைக் கண்டுபிடிக்க முடியவில்லை. மற்றவர்கள் அவள் வாழ்க்கையைப் பற்றி முடிவை எடுத்திருந்தார்கள். இந்தச் சூழ்நிலையை மாற்ற அவளுக்கு எந்தச் சக்தியும் இல்லை.

பல நாட்கள் கவலையும் சிந்தனைக்கும் பிறகு, அவள் ஒரு திட்டத்தை வகுத்தாள். நல்ல பக்தியுள்ள தம்பதிகள் சியவன முனிவரும் அவர் மனைவி சுகன்யாவும் அருகிலுள்ள காட்டில் வாழ்ந்து வந்ததை அறிந்திருந்தாள்.

சரியான நேரம் வாய்த்துள்ளது என்று உணர்ந்ததும், ஊர்வசி தன் கணவனிடம், 'நான் சியவன முனிவரும் அவரது மனைவி சுகன்யாவுடனும் சிறிது காலம் செலவிட விரும்புகிறேன். சில மாதங்கள் நன்றாய் இருக்கும்,' என்று தன் விருப்பத்தைத் தெரிவித்தாள்.

'நிச்சயமாய் என் கண்ணே. ஒன்றாய்ச் செல்வோமா?' என்றான் ஆர்வத்துடன் புரூரவன்.

'இல்லை, இதை நான் தனியாய்ச் செய்ய விரும்புகிறேன், கணவரே. அதுதான் என்னுடைய பெரிய ஆசை. தவிர, நீங்கள் நாட்டைத் தொடர்ந்து ஆட்சி செய்ய வேண்டும். உங்கள் குடிமக்களைக் கவனித்துக் கொள்ள வேண்டும்,' என்ற சாக்கை முன்வைத்தாள் ஊர்வசி.

புரூரவன் பிடிவாதம் கொண்ட கணவன் அல்ல. அதனால் மனைவியின் விருப்பத்திற்கு அவன் ஒப்புக்கொண்டான். அவன் அவளை மகிழ்ச்சியாய்ப் பார்க்க மட்டுமே விரும்பினான்.

ஊர்வசி சியவன முனிவர் மற்றும் சுகன்யாவிடம் சென்றாள். தன் விசித்திரமான சூழ்நிலையை அவர்களிடம் விளக்கினாள். அவர்கள் அன்பானவர்கள். அவளுக்கு ஆண் குழந்தை பிறக்கும் வரை அவளைப் பார்த்துக் கொண்டனர். குழந்தைக்கு ஆயூர் என்று அவள் பெயரிட்டாள். கண்களில் சோகத்துடன் குழந்தையைத் தம்பதியினரிடம் கொடுத்து, 'இன்று முதல் இந்தக் குழந்தை உங்களுடையது. தயவு செய்து, அவனை உங்கள் சொந்த மகனாய்க் கவனித்து, அவன் நல்ல மனிதனாய் இருக்கும்படி வளர்க்கப்படுவதை உறுதிப்படுத்திக் கொள்ளுங்கள். அவன் இளவரசனாய் பிறந்தவன். எனவே நீங்கள் அவனுக்கு வில்வித்தையையும் கற்றுக் கொடுத்தால், நான் நன்றியுள்ளவளாய் இருப்பேன். இந்தச் சூழல் எப்போது மாறும் என்று நான் அறியேன். இப்போதைக்கு, என் முதல் கடமை என் கணவருக்குத்தான்,' என்று வேண்டிக் கேட்டுக் கொண்டாள்.

கனத்த இதயத்துடனும், அவள் கண்களில் கண்ணீருடன், ஊர்வசி ஆசிரமத்தை விட்டு வெளியேறி, மகன் பிறந்ததை அறியாத புரூரவனிடம் திரும்பினாள்.

பத்து வருடங்கள் கடந்தன. ஊர்வசி தன் குழந்தையைப் பற்றி அடிக்கடி நினைத்தாள்.

விண்ணுலகத்தில், ஊர்வசி இல்லாதது பற்றி இந்திரன் பொறுமையிழந்து வருத்தமடைந்தார். எப்போதோ அவைக்கு அவள் திரும்பி இருக்க வேண்டும் என்று ஊகித்தார். 'ஊர்வசி தன் வாழ்க்கையின் பெரும் பகுதியை எப்படிப் புரூரவனுடன் வாழ்ந்து தியாகம் செய்கிறாள் என்பதை என்னால் காணமுடிகிறது. இதற்கு முடிவே இருக்காது. அவள் விரைவில் இங்குத் திரும்பி வர, நான் அவர்களை ஏமாற்ற வேண்டும்,' என்று எண்ணிக் கொண்டார்.

அவர் தனது இரு ஒற்றர்களை அழைத்து, அவர்களில் ஒருவரிடம், 'ஊர்வசி சிறந்த கழுத்தணியை அணிந்திருக்கிறாள். கணவர் அவளுக்குக் கொடுத்தது. அது மகத்தான மதிப்புமிக்க உணர்வுப்பூர்வமான ஒன்று. அடுத்த முறை அவள் தன் கணவனுடன் வெளியில் சென்று, சியவனரின் ஆசிரமத்திற்கு அருகில் இருக்கும் போது, நீ ஒரு கழுகாய் மாறி, அவளிடமிருந்து நகையைப் பறித்துக்கொள். பிறகு நீ உன்னால் முடிந்தவரை உயரமாய் பற. மீதியை நான் பார்த்துக் கொள்கிறேன்,' என்று அறிவுறுத்தினார்.

இந்திரன் இரண்டாவது ஒற்றனை நோக்கி, 'ஏழை முனிவரைப் போல் உடுத்திக் கொண்டு, முனிவர் சியவனருடைய ஆசிரமத்திற்குச் செல். ஆயுரைத் திசை திருப்பு. அவனை எப்படியாவது கழுகைக் காண வை. நடக்க வேண்டுவது தானாய் நடக்கும்.'

இந்திரன் சூழ்ச்சி செய்ததைப் போலவே, ஊர்வசி தன்னுடைய கணவருடன் வெளியே உலா சென்ற போது, மந்திரக் கழுகு ஊர்வசியின் கழுத்தணியைக் கைப்பற்றியது. யாரும் எதிர்வினையாற்றும் முன்பே, அது வானத்தில் உயரப் பறந்தது.

அதே நேரத்தில், ஒரு ஏழை முனிவர் சியவனரின் ஆசிரமத்திற்குள் நுழைந்தார். ஆயுர் தனது வில்லுடனும் அம்புடனும் பயிற்சி செய்வதைக் கண்டார். அவனிடம் பேசத் துவங்கினார். 'ரொம்ப தூரம் அம்பு விட முடியுமா?' என்று கேட்டார். 'பத்து வயது சிறுவன் மிக நீண்ட தூரத்திற்கு அம்பு விட முடியும் என்று நான் நினைக்கவில்லை.'

ஒரு சிறுவனுக்கு மட்டுமே இருக்கும் நம்பிக்கையுடன், 'அதை விடக் கூடுதலாய் என்னால் செய்ய முடியும்,' என்று ஆயுர் பதிலளித்தான்.

'அப்படியா?'

ஆயுர் தலையசைத்தான்.

'சரி, அந்தக் கழுகு வானத்தில் இருப்பதைப் பார்? அது எதையோ சுமந்து செல்கிறது. உன்னால் முடியும் என்று நீ சொல்வது போல் இருந்தாய் என்றால், கழுகினைத் தரைக்குக் கொண்டுவந்து, அதனிடம் இருப்பதை எனக்குக் கொடுக்க முடியுமா?'

'அது மிகவும் எளிது,' என்று அந்தச் சிறுவன், கழுகு மீது அடுத்த அம்பைக் குறிவைத்தான்.

இதற்கிடையில், குதிரையில் அமர்ந்திருந்த புரூரவன், கழுகினைக் கீழே வீழ்த்த, அதன் இயக்கங்களைக் கண்காணித்துக் கொண்டிருந்தான். ஊர்வசி அவனைப் பின்தொடர்ந்தாள். ஆனால் வெகுதூரம் பின்

தங்கினாள். 'அந்தப் பறவை மனைவியின் கழுத்திலிருந்து எங்களுடைய மரபுச் சொத்தைப் பறிக்க எவ்வளவு துணிவு?' என்று நினைத்தான். கழுகின் இலக்கை நோக்கி அம்பு எய்தான்.

இந்திரன் திட்டமிட்டபடியே, இருவரிடம் இருந்து இரண்டு அம்புகள் ஒரே நேரத்தில் எய்யப்பட்டது. இரண்டு அம்புகளும் கழுகு மீது பட்டன. தன் பிடியிலிருந்து நகையை விடுவித்து மறைந்தது.

புரூரவனும் சிறுவனும் இருவரும் கழுத்தணி விழுந்த இடத்திற்கு ஓடினர். ஆயூர் முதலில் வந்து நகையை எடுத்தான். இவ்வளவு பளபளக்கும் தங்கத்தை அவன் பார்த்ததே இல்லை! ஈர்க்கப்பட்டு, அவன் அது என்ன என்று யோசித்தான். அப்போது புரூரவனும் வந்து சேர்ந்து, ஆயூரின் கையிலிருந்த நகையைப் பார்த்தான். அரசன், 'ஓ சிறுவனே! நான் தான் முதலில் கழுகைச் சுட்டேன். நகையைக் கொடு. அது எனக்குச் சொந்தமானது,' என்று கூறினான்.

'இல்லை, நான் தான் முதலில் அம்பு எய்தேன். நான் தான் முதலில் இங்கு வந்து கழுத்தணியைப் பார்த்தேன். இதைக் குரு தாயிடம் தருகிறேன். இது அவருக்குப் பிடிக்கும்,' என்றான் ஒளிரும் சிறுவன்.

'அன்புள்ள சிறுவனே! நீ என்னை அடையாளம் காணத் தவறிவிட்டாய் என்று நினைக்கிறேன். நான் புரூரவன். வலிமைமிக்க அரசன். சிறந்த வில்லாளி. நான் எதைக் குறிவைக்க முடிவு செய்தாலும், என் குறி தவறியதில்லை'.

'நானும் வில்வித்தையில் வல்லவன்,' என்று குறுக்கிட்டான் இளைய சிறுவன். 'நான் என் குறியையும் தவற விட்டதில்லை.'

புரூரவன் அவனிடம் நியாயப்படுத்த முயன்றான். 'ஆனால் நீ ஒரு துறவி. இந்த நகையால் உனக்கு என்ன பயன்? அது என்னுடைய குடும்பச் சொத்து. நீ விரும்பினால், நான் உனக்கு நிலத்தையும் பல பசுக்களையும் தருகிறேன்.'

'ஆனால் எனக்கு அந்த விடயங்கள் வேண்டாம். எனக்கு இந்தக் கழுத்தணி வேண்டும்,' என்றான்.

பொறுமையாய், புரூரவன் அவனிடம் தொடர்ந்து கோரிக்கை விடுத்தான், ஆனால் ஆயுர் கேட்க மறுத்தான்.

'கேள், சிறுவனே! நீ என்னை ஒரு நிலைப்பாட்டை எடுக்க வற்புறுத்துகிறாய். ஏன் என் வில்வித்தை திறமையை நான் உனக்குக் காட்ட வேண்டாமா?' என்று அரசன் தன்னுடைய அம்பைக் கொண்டு ஆயூரைச் சுட்டினார்.

ஆயூர் அரசனைப் பார்த்து முறைத்து, 'ஏன் நான் உங்களுக்கு என்னுடையதைக் காட்டக் கூடாது?' என்று மீண்டும் புரூரவனை நோக்கி அம்பைச் சுட்டினான்.

அதற்குள் சுகன்யாவும் ஊர்வசியும் சம்பவ இடத்திற்கு வந்தனர்.

'நிறுத்து, ஆயூர்!'

'நிறுத்து, புரூரவா!'

ஊர்வசிக்குச் சுகன்யாவைப் பார்த்த மாத்திரத்தில் யார் என்று புரிந்தது. சிறுவனைக் கண்டு, புன்னகைக்காமல் இருக்க முடியவில்லை.

காலம் கூடி விட்டது என்று சுகன்யா முடிவு செய்தார். அவர் உண்மையைக் கூற வேண்டிய தருணம். 'நீங்கள் இருவரும் ஒருவரையொருவர் எதிர்த்துச் சண்டையிட முடியாது. அது தடை செய்யப்பட்டுள்ளது,' என்று அவர் சொன்னார்.

'ஏன்?' என்று கேட்டான் புரூரவன்.

'ஏனென்றால் அரசனே, அவன் உன் மகன்,' என்றார் சுகன்யா மெல்லிய குரலில்.

'என்ன சொல்கிறீர்கள்? நீங்கள் தவறாய் சொல்கிறீர்கள் என்று எண்ணுகிறேன்.'

கணவரின் கேள்விக்கு ஊர்வசி பதிலளித்தாள். ‹பரத முனி எனக்கு இட்ட சாபத்தின் மாற்றத்தை அறிந்ததால், பத்து வருடங்களுக்கு முன்பு, நான் இங்கு வந்து, உங்கள் மகனைப் பெற்றெடுத்தேன். பின்னர் இந்திரன் சாபத்தை மாற்றும்படி இந்த நிபந்தனையுடன் கேட்டிருந்தார்: நமக்கு ஒரு குழந்தை இருப்பதை நீங்கள் எப்போதாவது அறிந்தால், பிறகு நான் இந்திரனின் அரசவைக்குத் திரும்ப வேண்டும். எனக்குத் தெரியும் நான் இல்லாமல் உங்களால் வாழ முடியாது, அதனால் நான் உங்களிடமிருந்து ஆயுர் பிறப்பை மறைத்தேன்.'

'ஊர்வசியே, எனக்காய் என்ன தியாகம் செய்தாய்! நீ என்னிடம் கூறியிருந்தால், நான் இந்திரனுடன் கடுமையாய்ப் போராடியிருப்பேன்,' என்றான் புரூரவன்.

ஆனால் அவன் வாக்கியத்தை முடிப்பதற்குள் ஊர்வசி கண்ணிலிருந்து மறைந்தாள். அவள் இந்திரனின் இருப்பிடத்திற்குத் திரும்பினாள். புரூரவனுக்கு அது கசப்பான தருணம். அவனது கண்களில் கண்ணீருடன், அவன் தனது மகன் ஆயுரை அணைத்துக் கொண்டான். ஒன்றாய், தந்தையும் மகனும் சியவனரிடமும் சுகன்யாவிடமும் விடைபெற்று, அவர்கள் ஊர்வசி இல்லாமல் தலைநகருக்குத் திரும்பி சென்றனர்.

அரண்மனையில், புரூரவன் நாள்தோறும் பகலிலும் இரவிலும் தன் மனைவியைப் பற்றி யோசித்தான். அவள் இல்லாமல் அவனது வாழ்க்கைக் கடினமாய் இருந்தது. அவன் தனது மகனை நேசித்தான். ஆனால் அவனது இதயத்தில் ஊர்வசியின் இடத்தை யாராலும் நிரப்ப முடியவில்லை. இந்திரனின் அவையில், ஊர்வசி மிகவும் மகிழ்ச்சியற்றவளாயும், குடும்பத்தைத் தொடர்ந்து நினைத்த வண்ணம் இருந்தாள்.

ஒரு நாள், புரூரவன், 'நான் இந்திரனுக்குப் பல போர்களில் உதவி செய்து வெற்றியைத் தந்திருக்கிறேன். இருந்தும், என் மனைவிக்கு அநியாயம் இழைத்துள்ளார். இதற்கு மேல் என்னால் ஏற்றுக்கொள்ள முடியாது. என் மனைவியைத் திரும்பப் பெற நான் அவரை எதிர்த்துப் போரிட வேண்டும். அவரால் என் குடும்பம் துன்பப்படுகிறது,' என்று நினைத்தான்.

இதுவே சரியான செயல் என்று உறுதியாய் நம்பி புரூரவன். போருக்குத் தயாராகுமாறு தனது வீரர்களுக்கு உத்தரவிட்டான்.

இதைக் கேள்விப்பட்ட இந்திரன், தான் புரூரவனுக்கு எதிராய் வெற்றி பெற முடியாது என்பதை உணர்ந்தார். அதைத் தவிரவும், அவர் ஒரு மதிப்புமிக்க கூட்டாளியையும் கூட இழக்க நேரிடும். நிலைமையைத் தணிக்க, சிறந்த வழி ஊர்வசி மீண்டும் புவிக்கு அனுப்புவதாகும். அவர் தனது இரத்தினத்தை இழப்பார். ஆனால் அவளுடைய இதயம் மானிடராய் இருந்தது. அவள் தன் குடும்பத்தின் மீது தூய அன்பால் நிரப்பப்பட்டிருந்தாள். அவளை விடுவிப்பது நல்லது. எனவே, இந்திரன் ஊர்வசியைப் புரூரவனிடம் அழைத்துச் சென்றார். 'உங்களுக்கு இடையே உள்ள அன்பைக் கண்டு நான் வியக்கிறேன். இதோ அவள். தன் உறுதியுடன், நீண்ட காலமாய் ஆயுரையும் அவளது தாய்வழி உணர்வுகளையும் மறைத்து அவள் சமாளித்தாள். அவளுக்கு என் ஆசிகள். அவள் விண்ணுலகத்தில் தனது குடியுரிமையைத் தொடர்ந்து தக்கவைத்துக் கொள்வாள். அப்சரசுகளின் சக்திகளை அவள் வேண்டிய போது பயன்படுத்த முடியும்.'

புரூரவன் இந்திரனுக்கும் தேவர்களுக்கும் அவர்களின் ஆசிகளுக்கு நன்றி கூறினான். அர்ப்பணிப்புள்ள மனைவியையும் திறமையான மகனையும் பெற்றதற்கு நன்றியுள்ளவனாய் உணர்ந்தான்.

இதை அடிப்படையாய் வைத்து, காளிதாசன் எழுதிய ஒரு புகழ் பெற்ற நாடகமே விக்ரமூர்வசியம் என்ற கதை.

# உலகின் முதல் நகலுயிரி

சஞ்சனா, சிறந்த பொறியாளரும் விண்ணுலகத்தின் கட்டிடக் கலைஞருமான விசுவகர்மாவின் அழகான மகள். சஞ்சனா ஒரு சக்தி வாய்ந்த கடவுளைத் திருமணம் செய்து கொள்ள வேண்டும் என்று அவர் விரும்பினார். அவளுக்கு அறிவுரையும் கூறினார். விசுவகர்மா தனது மகளிடம், 'உனக்குப் பொருத்தமானவர்கள் மூன்று போட்டியாளர்கள் மட்டுமே. உன் வாழ்க்கையில் ஒளியை உருவாக்கக்கூடிய மூன்று பேர்: மின்னலின் கடவுள் வித்யுத்; நெருப்புக் கடவுள் அக்னி; சூரிய கடவுள் சூரியன். அன்பு மகளே! நீ யாரைத் திருமணம் செய்து கொள்ள விரும்புகிறாய்?'

சஞ்சனா சிறிது நேரம் யோசித்துவிட்டு, 'மின்னல் தற்காலிகமானது. இது மழையுடன் இடியுடன் இரவில் மட்டுமே வரும். நெருப்பு கூட வேண்டும் என்கின்ற போது மட்டுமே எரியும். இருப்பினும், சூரியன் உலகில் ஒரு நிலையான இருப்பைக் கொண்டுள்ளது. மனித குலத்திற்கு உதவுகிறது. ஆகவே, அவர்களில் சூரியன் தான் இவர்களில் ஆற்றல் மிக்கவர். நான் அவரைத் திருமணம் செய்து கொள்ள விரும்புகிறேன்,' என்றார்.

திருமண உடன்பாடு ஏற்பட்டது. விரைவில், இருவரும் மகிழ்ச்சியாய்த் திருமணம் செய்து கொண்டனர்.

திருமணத்திற்குப் பிறகு சூரியனுடன் வாழ சஞ்சனா சென்ற போது, அவள் விரும்பிய அனைத்தும் கொண்ட கணவன் அவன் தான் என்பதை அவள் உணர்ந்தாள். ஆனால் அவள் ஒரு விடயத்தைக் கணக்கில் எடுத்துக்கொள்ளவில்லை. அவர் பெரும் வெப்பத்தை வெளிப்படுத்தினார். சூரியனின் தீவிரம் மிகவும் கடுமையாய் இருந்தது. சஞ்சனாவிற்கு அவருடன் வாழ்வது மிகவும் கடினமாய் இருந்தது.

இறுதியாய், தன் தந்தையிடம் இந்தப் பிரச்சனையைப் பற்றிப் பேச, சாக்குப் போக்குச் சொல்லி அவரைச் சந்திக்கச் சென்றாள். அவள் அவருக்கு நிலைமை விளக்கிய போது, விசுவகர்மா தனது மதிநுட்பத்தைப் பயன்படுத்தி, சூரியனின் சூட்டைக் குறைக்க முயன்றார்.

பயன்படுத்தப்படாத ஆற்றல், மிகுந்த ஒளி, தூசியைக் கொண்டு, விசுவகர்மா மூன்று தெய்வீக பொருட்களை உருவாக்கினார்.

முதல் பொருள் புஷ்பக விமானம், அந்த வாகனத்தால் அனைத்துப் பகுதிகளையும் கடந்து செல்ல முடியும். இது செல்வத்தின் கடவுளான குபேரனுக்கு வழங்கப்பட்டது. இருப்பினும், இலங்கையின் அதிபதியான இராவணன், அதைக் குபேரனிடம் இருந்து பறித்து, பின்னர் சீதையைக் கடத்தப் பயன்படுத்தினான். இராவணனின் மரணத்திற்குப் பிறகு, அந்த வாகனம் தம்பி விபீடணனுக்கு மரபுரிமைக் கொண்ட பொருள் ஆனது.

இரண்டாவது பொருள் சிவனுக்கான திரிசூலம். அழிவின் கடவுள் திரிசூலத்தைத் தனது மனைவி பார்வதியிடம் ஒப்படைத்தார். அவர் தேவைப்படும் போது, ஆயுதத்தைப் பயன்படுத்தி, அசுரர்களைக் கொன்றார். மீதி நேரமெல்லாம் சிவன் தன்னிடமே வைத்துக் கொண்டார். இன்று திரிசூலம் என்பது சிவனுக்கும் அவரது இருப்புக்கும் இணையாகியது.

கடைசிப் பொருள் வட்டு, சுதர்சன சக்கரம். இது காக்கும் கடவுளான விஷ்ணுவுக்கு வழங்கப்பட்டது. கடவுள் கிட்டத்தட்ட எப்பொழுதும் வட்டை கையில் வைத்திருப்பதாகக் குறிப்பிடப் படுகிறார். புராணங்களில் சக்கரம் 108 கூர்மையான விளிம்புகள் கொண்ட வட்ட வடிவில் இரண்டு வரிசைகளில் எதிர் திசைகளில் நகர கூடிய ஆயுதம் என்று விவரிக்கப்படுகிறது. இது இந்துக் புராண கதைகளில் காணப்படுகிறது: கடவுளாய் வேடம் போட்டு, அழியாமையின் அமுதத்தைப் பெற முயன்ற அசுரர்களான ராகு, கேதுவின் தலைகளைத் துண்டிக்க விஷ்ணு பயன்படுத்தினார். அது, மந்தார மலையை வெட்டி, பாற்கடலைக் கடைய, மத்தாய் செய்யவும் பயன்பட்டது. விஷ்ணுவின் பத்து அவதாரங்களில் ஒன்றான கிருஷ்ணரால் கூட மகாபாரதத்தில் அரிதான சந்தர்ப்பங்களில் பயன்படுத்தப்பட்டது. முதல் முறையாய், கிருஷ்ணர் ஒரு யாகத்தின் போது அவரை அவமதித்த சிசுபாலனின் தலையைத் துண்டிக்க அதைப் பயன்படுத்தினார். மேலும், இரண்டாவது முறை, எதிரியான ஜயத்ரதனைக் கொல்ல வசதியாய், சூரியன் மறையும் மாயையை உருவாக்க அதைப் பயன்படுத்தினார். அதன் கடைசிப் பயன்பாட்டின் போது, கிருஷ்ணர் தளபதி பீஷ்மருக்குத் தனது உண்மையான வடிவைக் காட்டவும் தனது முழு ஆற்றலுடன் பெரும் போரை நடத்த அர்ச்சுனனை ஊக்குவிக்கவும் அதைப் பயன்படுத்தினார்.

விசுவகர்மா தெய்வீகப் பொருட்களைப் படைத்து முடித்தவுடன், சஞ்சனா இதயத்தில் நம்பிக்கையைத் தாங்கிக் கொண்டு தன் புகுந்து

வீட்டிற்குத் திரும்பினாள். இந்த நேரத்தில், சஞ்சனா சூரியனின் ஆற்றலின் குறைவை வெளிப்படையாய் உணர்ந்தாள். ஆனாலும் அவளால் தாங்கிக் கொள்ள முடியவில்லை. அவள் மீண்டும் அவளது தந்தை வீட்டிற்குச் சென்றாள் என்றால், சூரியன் அவளைச் சிறிது நேரத்தில் திரும்ப அழைப்பார். அவளுடைய தந்தையும் அதைத் தன் கணவனிடம் பேசச் சொல்லி, அவளைத் திருப்பி அனுப்புவார். சஞ்சனா கடினமாய் யோசித்தாள். அவர் ஒரு படைப்பாற்றல் மிக்க பொறியாளரின் மகள். பல ஆண்டுகளாய் தன் தந்தையிடம் இருந்து சில நுணுக்கங்களைக் கற்றுக் கொண்டவள். அதனால் அவள் தன்னைப் போன்ற நகலுயிரியைச் செய்ய முடிவு செய்தாள், ஆனால் ஒரு மாற்றத்துடன் - அவளுடைய நகலுயிரி சூரிய வெப்பத்தை எளிதில் தாங்கும் வண்ணம். அவள் தன்னுடைய நகலுயிரிக்கு, சாயா என்று பெயரிட்டாள். அவளிடம் தன்னைப் போலவே நடந்து கொண்டு சூரியனுடன் வாழ வேண்டும் என்று அறிவுறுத்தினாள்.

இந்து இதிகாசங்களில் முதன் முதலில் நகலுயிரி பற்றிச் சிந்தித்து, அந்தக் கருத்தைச் செயல்படுத்தியவள் சஞ்சனா.

அவள் நகலுயிரியை உருவாக்கிய பிறகு, சூரியன் தன்னைத் திரும்ப அழைக்க மாட்டார் என்ற எண்ணத்தால், சஞ்சனா தனது தந்தையுடன் வீட்டில் ஓய்வெடுக்க, அவருடன் நிம்மதியாய்ச் சிறிது நேரம் செலவிடச் சென்றாள். அவள் தயாரானதும் திரும்பி வரலாம் என்று முடிவு செய்தாள்.

சூரியக் கடவுளின் வீட்டில், சூரியனால் சாயாவுக்கும் சஞ்சனாவுக்கும் இடையில் வேறுபடுத்திப் பார்க்க முடியவில்லை. சாயா அவருடன் தொடர்ந்து வாழ்ந்தாள். காலப்போக்கில், அவள் ஒரு மகனைப் பெற்றெடுத்தாள், அவனுக்குப் சனி என்று பெயரிட்டாள். குழந்தை பிறந்த செய்தி விசுவகர்மாவுக்கு எட்டியது. அவர் கோபமடைந்து தனது மகளை எதிர்கொண்டார். வேறு வழியில்லாமல், சஞ்சனா தனது நகலுயிரி பற்றிய திட்டத்தை ஒப்புக்கொண்டாள்.

விசுவகர்மா வியப்படைந்தார். ‹என் அன்பான குழந்தையே! நீ பெரும் தவறு செய்துவிட்டாய். நகலுயிரி இயற்கையின் சமநிலையைச் சீர் குலைத்து விடும். மனித இனத்தின் சமநிலையைக் கெடுக்கும். அதை மீண்டும் ஒருபோதும் செய்யாதே. இப்போது நீ உன் கணவர் வீட்டுக்குத் திரும்பிச் செல்,’ என்று அறிவுறுத்தினார்.

தன் முட்டாள்தனத்தை உணர்ந்த சஞ்சனா தன் புகுந்த வீட்டிற்குத் திரும்பினாள். அவள் நகலுயிரியை அழித்து, பயங்கரமான வெப்பம் இருந்தபோதிலும், தனது கணவருடன் வாழ முயன்றாள். சனிக்கு அவன்

தாய் இப்போது இல்லை என்று புரியவில்லை. சஞ்சனாவைத் தனது தாய் என்று நினைத்துக் கொண்டே இருந்தான். காலம் கடந்தது. சஞ்சனா இரட்டையர்களைப் பெற்றெடுத்தாள் யமா மற்றும் யாமி - ஒரு ஆண் குழந்தையும் ஒரு பெண் குழந்தையும்.

இப்போது சூரியனுக்கு, சனி உட்பட மூன்று குழந்தைகள் இருந்தனர். ஆனால் சனி சஞ்சனாவிற்குத் தொடர்ந்து சாயாவை நினைவுபடுத்தினாள். அதனால் அவளுக்குப் படிப்படியாய் அவன் மீது வெறுப்பு ஏற்பட்டது. அவள் அவனைப் புறக்கணித்தாள். மேலும் காலப்போக்கில், அந்த ஏழை சிறுவன் மனச்சோர்வடையத் தொடங்கினான். சஞ்சனா அவனுடைய உண்மையான தாய் இல்லை என்று அவனுக்குத் தெரியவில்லை. அவள் ஏன் அவனைத் தனிமைப்படுத்தினாள் என்று அவன் திகைத்தான். மறுபுறம் சூரியன். அவருடைய தெய்வீகக் கடமைகளில் மிகவும் வேலையாய் இருந்ததால், அவருடைய மகன் வருத்தமாயும் விரக்தியாயும் இருக்கிறான் என்பதை உணரவில்லை. சில சமயம், சனி சோம்பி இருக்கும் போது, சஞ்சனா தன் கணவனிடம் பேசும் போது, அவனது நடத்தையை மிகைப்படுத்திப் பேசலானாள். இது படிப்படியாய்த் தந்தைக்கும் மகனுக்கும் இடையே விரிசலை உருவாக்கியது.

குழந்தைகள் பெரியவர்கள் ஆனதும், சூரியன் தனது அறைக்கு அவர்களை அழைத்து வந்து, ‹உங்களுக்கு மேலும் கடமைகளைக் கையாளும் அளவிற்கு வயதாகிவிட்டது. உங்கள் ஒவ்வொருவருக்கும் சில பொறுப்புகளைக் கொடுக்க முடிவு செய்துள்ளேன்,' என்றார்.

யாமியிடம், 'நீ அருமையான மகள். புவிக்குச் சென்று யமுனை நதியாய்ப் பாய்ந்து ஓடு. நீ நற்பேறு பெற்றவள். ஏனெனில் விஷ்ணு, கிருஷ்ணர் வடிவில் குறிப்பிட்ட காலத்திற்கு உன்னைச் சுற்றி வளர்வார். உனது நீரில் நீராடும் மக்கள் தங்களுடைய பாவங்களிலிருந்து விடுபடுவார்கள். தீபாவளி பண்டிகையின் போது, உன் நீரில் பெண்கள் குளித்து, தங்களது உடன்பிறப்புகளுக்குப் பிறப்பு வேண்டிக் கொண்டால், அவர்களது ஆசைகள் அனைத்தும் நிறைவேறுவதைக் காண்பார்கள். உன் நீரில் வசிக்கும் ஆமைகளின் எண்ணிக்கையால், நீ கோயில்களில் ஆமையுடன் கூடிய பெண்ணாய்க் குறிப்பிடப் படுவாய்,' என்றார்.

யாமி தன் பொறுப்பை மகிழ்ச்சியுடன் ஏற்றுக்கொண்டு, புவிக்குப் புறப்பட்டாள்.

பின்னர் சூரியன் யமனை நோக்கித் திரும்பினார். 'நீ தர்மத்தைப் பாதுகாக்கும் பொறுப்பில். நீதியின் கடவுளாய் அமர்த்தப்படுகிறாய்.

நீ உலகில் நியாயமான முறையில் ஆட்சி செய்வாய். நீ ஒவ்வொரு உயிரினத்தின் நற்செயல் தீச்செயல் பற்றிய கணக்கை வைத்துக் கொண்டு, அதற்கான வெகுமதியையும், தண்டனையையும் வழங்குவாய். நீ இரக்கமும் ஆதரவும் இன்றி, ஒவ்வொரு மனிதனுக்கும் உன் கடமையை நேர்மையாய்ச் செய்வாய். நீ அறிவை ஆசியாய்ச் பெறுவாய். இன்றிலிருந்து நீ யமதர்மன் என்று அழைக்கப்படுவாய்,' என்றார்.

யமதர்மனும் தன் பொறுப்பை மகிழ்ச்சியுடன் ஏற்றுக்கொண்டான். எல்லா ஆன்மாக்களும் இறப்பிற்குப் பின் செல்லும் இறப்புலோகத்திற்குப் புறப்பட்டான்.

இப்போது, சூரியன் சனியின் பக்கம் திரும்பி, 'நீ முழுமையாய்ப் பயனற்றவன். நான் உனக்கு எந்தப் பொறுப்பும் தருவதாய் இல்லை,' என்றார்.

சனி திடுக்கிட்டான். இதைத் தனது சொந்த தந்தையிடமிருந்து இத்தகைய சிகிச்சையை அவன் எதிர்பார்க்கவில்லை. சஞ்சனாவைப் பார்த்தான். ‹தாயே? ஏன் அமைதியாய் இருக்கிறீர்கள்? என்னுடன் நேர்மையாய் இருங்கள் - நீங்கள் என் சிறு வயதிலிருந்தே என்னைக் கவனிக்கவில்லை. நான் தந்தையுடன் சண்டை போடும் போதெல்லாம், நீங்கள் அதை நிறுத்த முயன்றதில்லை. உங்கள் நடத்தையினால், நான் விரக்தியடைந்த மனச்சோர்வடைந்த மனிதனாய் மாறிவிட்டேன். நீங்கள் எப்படிப்பட்ட தாய்? யாருக்கும் உங்களைப் போன்ற தாய் இருக்கக் கூடாது,› என்று மனம் நொந்தான்.

சஞ்சனா கோபமடைந்தாள். அவள் அவனைக் குறுக்கிட்டு, 'நீ உன் தாயைத் தூற்றுகிறாய். தாய் இந்த உலகத்தில் வலிமையான சக்தி. அவள் எப்படி இருந்தாலும் பரவாயில்லை. இத்தருணம் முதல் உன் கால்களைச் செயலிழக்கச் சபிக்கிறேன்.›

உடனே சனி தன் கால்களில் நிற்க முடியாமல் தரையில் விழுந்தான். முடக்குதலின் அறிகுறிகளைக் காட்டியது.

சஞ்சனாவின் வெறித்தனத்தால் சூரியன் திடுக்கிட்டார். 'சனியின் நடத்தை புரிந்து கொள்ளத்தக்கது. அவன் இளமையாய் இருக்கிறான். இன்னும் போக்குகளைக் கற்று கொண்டு வருகிறான். ஆனால் ஒரு தாய் அவனை எப்படித் தன் குழந்தையைச் சபிக்க முடியும்?' என்று வியந்தார்.

அவர் சஞ்சனாவிடம் திரும்பி, 'உங்கள் சொந்த மகன் மீது கடுமையான விரைவான சாபம் வைத்ததைக் கண்டு திகைக்கிறேன். இதை எப்படி உங்களால் செய்ய முடிந்தது? அவனுக்கு ஆறுதல் கூறுவது உங்கள் கடமை. அவனைப் பொறுமையுடன் வழிநடத்துங்கள். சனியின்

குற்றச்சாட்டுகளில் ஓரளவு உண்மை இருக்கிறது என்று நான் நினைக்க தொடங்குகிறேன். சொல்லுங்கள் - என்ன நடக்கிறது இங்கு?' என்று கேட்டார்.

நீண்ட காலமாய் தன் இதயத்தில் இரகசியமாய் வைத்திருந்த சாயாவும் அவளது மகன் பற்றியும் விடயத்தை, சஞ்சனா கட்டுப்படுத்த முடியாமல் கொட்டித் தீர்த்தாள்.

தாயில்லாத சிறுவன் மீது இரக்கத்தால் சூரியனின் இதயம் நிறைந்தது. அவர், 'என் மகனே, நான் பெரிய தவறு செய்துவிட்டேன். நான் சஞ்சனாவிற்கும் சாயாவிற்கும் உள்ள வித்தியாசம் கவனிக்க முடியாத அளவுக்கு என் கடமைகளில் வேலையாய் இருந்ததால் குற்றவாளியாய் நிற்கிறேன். இதற்குச் சாக்குப்போக்கு எதுவும் சொல்ல முடியாது. என்னுடைய தவறால் நீ மிகவும் பாதிக்கப்பட்டு இருக்கிறாய் என்பதே உண்மை. சஞ்சனாவின் சாபத்தை நான் திரும்ப மாற்றுகிறேன். ஆனால் ஒரு சிறு தளர்ச்சி எப்பொழுதும் உன் கால்களில் இருக்கும். ஏனென்றால் எனக்கும் ஒரு தாயின் சாபத்தை முற்றிலும் மாற்றியமைக்கும் ஆற்றல் இல்லை. இப்போது, நிற்க முயற்சி செய்,' என்றார் ஆறுதல் அளிக்கும் வகையில்.

சனி எழுந்து நிற்க, சூரியன், 'மரணத்திற்குப் பிறகு தீர்ப்பளிக்கும் கடினமான பொறுப்பை உன்னுடைய சகோதரனுக்குக் கொடுத்திருக்கிறேன். நீ, என் மகனே! தீர்ப்புகளும், தண்டனைகளும், வெகுமதிகளும் கொடுக்க வேண்டிய கடினமான பொறுப்பை உன்னிடம் கொடுக்கிறேன். ஆனால் அது மக்களின் வாழ்நாளில், அவர்கள் கற்றுக் கொள்ளவும் தங்களை மேம்படுத்தவும் இருக்கும். நீ சனி என்ற கிரகமாய், ஒரு தவிர்க்க முடியாத இடத்தைப் பெறுவாய். உன் சகோதரன் எமனைப் போலவே, உன் கடமையை உண்மையாய்ச் செய். தயவு அல்லது பயம் இல்லாமல் நேர்மையுடன் செய்ய வேண்டும். மக்களின் அகங்காரத்தைக் கட்டுப்படுத்தி, அவர்களின் இயல்பைச் சரி பார்த்து, அவர்களைச் செழிப்புக்கு நீ இட்டுச் செல்லும் ஆற்றலைப் பெறுவாய். நீ யாரையும், அவர்கள் ஒரு மனிதர், கடவுள் அல்லது அரக்கன் என்பதைப் பொருட்படுத்தாமல், அவர்களின் செயல்களின் விளைவுகளை விட்டுவைக்க மாட்டாய். என்னால் கடந்த காலத்தை மாற்றி, நீ பட்ட துன்பங்களை நீக்க முடியாததற்கு வருந்துகிறேன். ஆனால் இந்த நிலை உன்னை மிகவும் சக்திவாய்ந்த கிரகமாய் மாற்றும் என்று நான் உனக்கு உறுதியளிக்கிறேன்,' என்ற வரத்தை, சனிக்கு அளித்தார்.

சனி திகைத்து நின்றான். 'உண்மை வெளிப்பட்டதில் நான் மகிழ்ச்சியடைகிறேன்,' என்றான். 'இப்போது, இந்த வெளிப்பாட்டால் நான் அமைதியைக் காண்கிறேன். தந்தையே, உமது கட்டளைகளுக்குக் கீழ்ப்படிவேன். நான் ஒவ்வொரு நபரின் வாழ்க்கையும் அதிகபட்சம் மூன்று முறை தோன்றுவேன். ஒவ்வொரு முறையும், நான் அவனுடனோ அவளுடனோ ஏழரை வருடங்கள் இருப்பேன். அது சடே சதி என்று அழைக்கப்படும். ஒரு நபர் என் துன்பத்திற்கு ஈடான கடுமையான வலியை உணருவார். ஆனால் அனுபவத்திலிருந்து அவர்கள் வலுவாயும் தூய்மையாயும் வெளிப்படுவார்கள். நான் அவர்களுடன் கனிவுடன் இருப்பேன். மேலும், நம் இருவருக்கும் மோதல் வரலாறே இருப்பதால், சிரமங்களைத் தவிர்க்க, நான் ஜோதிட ஜாதகத்தில் உங்களுடன் ஒரே வீட்டில் தங்க வரமாட்டேன்,' தான் செய்யப்போவதை எடுத்துச் சொன்னான்.

சூரியன் சம்மதிக்கும் வகையில் தலையசைத்தார். சனியும் கிளம்பினான்.

சூரியன் இப்போது தன் மனைவியின் பக்கம் கவனம் செலுத்தினார். அவர் சஞ்சனா மீது மிகுந்த கோபம் கொண்டார். அதனால், அவள் கணவனை விட்டும் வீட்டை விட்டும் வெளியேறும் வரை, தன்னுடைய வெப்பத்தை மிகமிகக் கூட்டினார். சஞ்சனா தன் தந்தையிடம் திரும்பிச் செல்ல வெட்கப்பட்டாள். அவள் ஏற்கனவே சூரியனுடன் நீண்ட காலமாய் வசித்து வந்தாள், அவளுடைய உடல் வெப்பத்துடன் சூடாக இருந்தது. எனவே, அவள் இமயமலைக்குத் தனியாய் வாழச் சென்றாள். அப்படியிருந்தும், அங்கு யாராவது அவளை அடையாளம் கண்டு விடுவார்களோ என்று பயந்தாள். அவள் தன் வடிவத்தைப் பெண் குதிரையாய் மாற்றிக் கொள்ள முடிவு செய்தாள்.

நேரம் ஆக ஆக, சூரியனின் கோபம் தணிந்து, அமைதியானார். சஞ்சனாவைப் பற்றிய எண்ணங்கள் அவர் மனத்தில் அலைமோதின. 'நகலுயிரிக்கு ஒரு உண்மையான காரணம் இருந்தது என்று நான் நினைக்கிறேன் - என் வெப்பம் தாங்க முடியாதது. நான் நாள் முழுவதும் என் தீவிரத்தைப் பராமரிக்கிறேன். அவள் என்னைப் புரிந்து கொள்ள வேண்டும் என்று நான் எதிர்பார்த்ததை விடவும், ஒருவேளை நான் அவளுடன் பேசி இருக்க வேண்டும். ஒருவேளை நான் இன்னும் மாறலாம் - நான் காலையில் மென்மையாய் இருக்க முடியும், நண்பகலில் அதிகபட்சம் அடையலாம் மாலை வெப்பநிலை படிப்படியாய்க்

குறையலாம். இறுதியாய் இரவு ஓய்வு பெறலாம். அப்போது சஞ்சனா நிச்சயம் என்னுடன் வசதியாய் வாழலாம்,' என்று எண்ணலானார்.

இதுதான் சரியான நடவடிக்கை என்று உறுதியாய் நம்பிய சூரியன், அவளைத் தேடச் சென்றார். அவரால் அவளை எங்கும் காண முடியவில்லை. ஆனால் அவர் சூரிய கடவுள். அவரால் உலகில் உள்ள அனைத்தையும் பார்க்க முடியும். இறுதியில், அவள் இமயமலையில் வாழும் ஒரு பெண் குதிரையாய் மாறியதை அறிந்தார். அவர் குதிரை வேடமிட்டு அவளைக் கண்டுபிடிக்கச் சென்றார்.

சஞ்சனா அதன் மீது பார்வையை வைத்தபோது, மாறுவேடமிட்டு வந்திருப்பது தன் கணவன் என்பதைக் கண்டாள். அவர்கள் வெளிப்படையாய்ப் பேசினார்கள். சூரியன் தனது எண்ணங்களைப் பகிர்ந்து கொண்டார். அவர்கள் இறுதியாய்ப் புரிதலுக்கு வந்தனர். இமயமலையில் சில காலம் வாழ முடிவு செய்தனர்.

விரைவில், சஞ்சனாவுக்கு அசுவினி குமாரர்கள் என்ற இரட்டைக் குதிரைகள் பிறந்தன (அசுவா என்ற வார்த்தையிலிருந்து, வட மொழியில் 'குதிரை' என்று பொருள்படும்). தம்பதிகள் தங்கள் வீட்டிற்குத் திரும்பினர். இந்த இரட்டையர்கள் வளர்ந்தனர். விண்ணுலகத்தில் வைத்தியர்களாகி, சூரியனின் தங்க இரதத்தில் இணைக்கப்பட்ட குதிரைகளைக் கட்டுப்படுத்துபவர்களில் முதன்மையானார்கள்.

அசுவினி குமாரர்கள் காலையில் கதிர்களாய் வந்து வேலைக்குச் செல்கிறார்கள். இந்தத் தொடக்கக் கால சூரியக் கதிர்கள், சரும நோய்களைக் குணப்படுத்த உதவும் என்று நம்பப்படுகிறது.

# ஏழு கடும் தாய்மார்கள்

தென்னாட்டில் சோழர்களால் கட்டப்பட்ட கோயில்களுக்குச் சென்றால், லலிதா ஆசனம் என்று அழைக்கப்படும் நிலை, அருகில் பல்வேறு ஆயுதங்களுடன் கருவறைக்கு அருகில் ஒரே மாதிரியான ஏழு பெண்களின் சிலைகளை நீங்கள் காண்பீர்கள். இந்தச் சிலைகள் சப்தமாத்ரிகைகள் என்று அழைக்கப்படுகின்றன - ஏழு தாய்மார்கள் - தெய்வீக சக்தி அல்லது ஆற்றலைப் பிரதிநிதித்துவம் செய்பவர்கள். அவர்களின் பெயர்கள்: பிராமி, வைஷ்ணவி, காத்யாயினி, இந்திராணி, கௌமாரி, வாராகி மற்றும் சாமுண்டா. எட்டாவது சிலை இருந்தால், இது யோகீசுவரி அல்லது சரசுவதியைச் சித்தரிக்கிறது.

பிராமி பிரம்மாவின் இணை. அவர் அடிக்கடி நான்கு முகங்களுடன், தாமரையின் மீது அமர்ந்திருப்பது போல் சித்தரிக்கப்படுபவர். அவர் பொதுவாய் மஞ்சள் நிற உடையணிந்து, ஒரு கையில் கமண்டலத்தையும் மற்றொன்றில் வழிபாட்டு மாலையையும் வைத்திருப்பார்.

வைஷ்ணவி, அல்லது லக்ஷ்மி, அவருடைய ஆண் இணையான விஷ்ணுவைப் போலவே, சங்கையும் வட்டையும் கைகளில் ஏந்தியிருப்பார்.

சிவனின் பெண் வடிவமான காத்யாயினி அல்லது ருத்ராணி, தன் கைகளில் திரிசூலத்தை ஏந்தியிருப்பார்.

இந்திரனின் இணையான இந்திராணி, வஜ்ராயுதம் எனப்படும் இடி ஆயுதத்தை ஏந்தியிருப்பார்.

ஆறுமுகமும் வெளிறிய நிறமும் கொண்ட கௌமாரி, மயிலை தனது வாகனமாய் கொண்டு பெருமையடைகிறாள். போர் கடவுளான கார்த்திகேயன் கரங்களில் ஏந்திய ஆயுதங்களை ஏந்தியவர்.

வாராகியின் உடல் கருமையாயும், வராகாவைப் போல பன்றியின் முகமாயும் இருக்கும். அவர் ஒரு வாளை ஏந்தியிருப்பார். பொதுவாய் கல்பக மரத்தின் கீழ்க் காணப்படுவார்.

சாமுண்டா, புகழ் பெற்ற சாமுண்டேசுவரி, சிவப்பு நிறப் புடவை அணிந்த கடவுள். அசுர முகங்கள் கொண்ட மாலையை அணிந்து, மண்டை ஓட்டையும் திரிசூலத்தையும் கையில் ஏந்திய நிலையில், அவரது பாதங்களில் அரக்கன் சித்தரிக்கப்பட்டிருப்பான்.

சப்தமாத்ரிகைகளின் கதை வெவ்வேறு புராணங்களிலிருந்து எழுகிறது. அந்தகாசுரனுடனான போரின் போது சிவனின் உதவியுடன் ஏழு அன்னையரும் படைக்கப்பட்டதாய் கூறப்படுகிறது. சிவன் அந்தகனுக்குக் காயங்களை ஏற்படுத்திய போதெல்லாம், அவரிடமிருந்து சிந்திய இரத்தத்தின் ஒவ்வொரு துளியும் தரையைத் தொட்டதும் அவனைப் போன்ற நகல் எழுந்தது. இது ஆயிரக்கணக்கான அந்தகர்களின் உருவாக்கத்திற்கு வழிவகுத்தது. மேலும் மேலும் அதே அசுரனுடன் சிவனார் மீண்டும் மீண்டும் போர் புரிய வேண்டி இருந்தது. இரத்த ஓட்டத்தை நிறுத்த, சிவன் தனது வாயிலிருந்து வெளிவரும் தீப்பிழம்புகளிலிருந்து, யோகீசுவரி தேவியை உருவாக்கினார். பார்த்துக் கொண்டிருந்த தேவர்கள், சிவனாருக்கு உதவ முடிவு செய்தனர். அதனால், தங்கள் ஆயுதங்களைக் கொண்டு போரிட வேண்டி, அந்தக் கடவுளர்களின் இணைகளை உருவாக்கினர். இவ்வாறு, யோகீசுவரி தலைமையில் ஏழு அன்னைகள் கொண்ட ஒரு படைப்பிரிவு உருவாக்கப்பட்டது. அனைவரும் சேர்ந்து, அந்தகனின் இரத்தம் தரையில் விழவிடாமல் அதைக் குடித்தனர். சிறிது நேரம் கழித்து, சிவன் அரக்கனை வென்றார்.

இந்தக் கடவுள்கள் இந்தியா முழுவதும், குறிப்பாய் ஒடிசாவிலும் மேற்கு வங்கத்திலும் வழிபடப்படுகின்றனர். தெற்குப் பகுதிகளில் அடிக்கடி காணப்படும் சிற்பங்களுக்கு மாறாய், அங்கு வர்ணம் பூசப்பட்ட அவர்களின் உருவங்கள் காணப்படுகின்றன.

# ஒரு இலையின் எடை

பாற்கடலைக் கடைந்த போது கிடைத்தப் பரிசுகளில் பாரிஜாத மரமும் ஒன்று. இறுதியில், அது இந்திரனின் அரச தோட்டத்தில் நடப்பட்டது. சூரியனின் முதல் கதிர்கள் வருவதற்கு முன்னதாய், சிவப்பு நிறத்தில் வழக்கத்திற்கு மாறான வெள்ளை நிறத்தில் தண்டுகளைக் கொண்டு, அதிகாலையில் பூக்கும். சூரிய ஒளி மரத்தில் இருக்கும் பூக்களைத் தாக்கியதுமே, பூக்கள் தரையில் உதிர்ந்துவிடும்.

ஒரு நாள், கிருஷ்ணரும் அவன் மனைவி சத்யபாமாவும் இந்திரனைப் பார்க்கச் சென்றனர். அவர்களைக் கண்டு மிகவும் மகிழ்ச்சி அடைந்தார் இந்திரன். கடவுளர்களின் அரசனான இந்திரன், அவர்களைச் சிறப்பு விருந்தினர்களாய் நடத்தினார். இந்திரனின் மனைவி, சச்சி, சத்யபாமாவிடம் தோட்டத்தைக் காட்டி, பாரிஜாத மலர்களைச் சுட்டினார். உடனே, அவற்றின் அழகுக்கும் வாசத்திற்கும் சத்யபாமா மயங்கினார்.

வாய்ப்பு கிடைத்தபோது, சத்யபாமா கிருஷ்ணரிடம், 'இந்த மரத்திலிருந்து ஒரு கிளையை நம் வீட்டுக்கு எடுத்துச் செல்வோம். நீங்கள் என்ன நினைக்கிறீர்கள், அன்பான கணவரே?' என்று கேட்டார்.

'நம் ஓம்புநரிடம் கூடுதலாய் எதிர் பார்க்க வேண்டாம்,› என்று அவர் பதிலளித்தார். மேலும் இத்துடன் உரையாடலை முடித்தார்.

அவர்கள் வீட்டிற்கு வந்த பிறகு, சத்யபாமா சிறந்த பூக்களைப் பற்றித் தொடர்ந்து சிந்தித்தார்.

சில நாட்களுக்குப் பிறகு, இந்திரன் கிருஷ்ணருக்குச் சில பாரிஜாத மலர்களைப் பரிசாய் அனுப்பினார். அவற்றை, அவர் தன் மற்றொரு மனைவி ருக்மிணியின் இருப்பிடத்தில் பெற்றார். பூக்களை ருக்மிணியிடம் கொடுத்தார்.

அலைந்து திரியும், கலகத்தை விளைவிக்கும் நாரத முனிவர், அதைக் கவனித்தார். அமைதியாய்ச் சத்யபாமாவின் அந்தப்புரத்திற்குச் சென்றார். 'கிருஷ்ணர் தம்முடைய அனைத்து எட்டு மனைவிகளையும் சமமாய் நேசிக்கிறாரா என்று கூறுங்கள்,' என்று அவரிடம் கேட்டார்.

சத்யபாமா நாரதரின் தவறான புரிதல்களுக்காய் நற்பெயரைப் பெற்றிருந்ததை அறிந்திருந்தார். அதனால் அவர் பெருமையுடன், 'இல்லை, அவர் அப்படி இல்லை. அவர் என்னைத் தான் மிகவும் நேசிக்கிறார்,' என்றார்.

நாரதர் சிரித்தார். 'அப்படியானால் அப்பாவியே! அப்புறம் எப்படிக் கிருஷ்ணர் ருக்மிணிக்குப் பாரிஜாத மலர்களைக் கொடுத்ததை நான் பார்த்தேன்? இந்திரனின் வசிப்பிடத்திலிருந்து இப்போதுதான் மலர்கள் வந்துள்ளன,' என்று கூறினார்.

சத்யபாமா கோபமடைந்து ஆழ்ந்த வருத்தம் அடைந்தாள். 'கிருஷ்ணருக்கு நான் அந்தப் பூக்களை எப்படி நேசிக்கிறேன் என்று தெரியும்! ஆனால் அவர் அவற்றை ருக்மிணிக்குக் கொடுத்திருக்கிறார்! அவர் எப்படி என்னை விட அவரைக் கூடுதலாய் நேசிக்கலாம்?' என்று அவர் நினைத்தார். நாரதரிடம் விடைபெற்றுக்கொண்டு, அரசிகள் தங்கள் கோபத்தை வெளிப்படுத்துவதற்காய் கட்டப்பட்ட சிறப்பு அறைக்குச் சென்றார். அங்கு, வழக்கமாய், அவர்கள் தங்களுடைய நகைகளைக் கழற்றி, தலைமுடியைத் திறந்து வைத்து, நிலத்தில் படுத்திருப்பார்கள். இராமாயணத்தில் கைகேயி அவ்வாறு செய்திருந்தார். சத்யபாமாவும் அதைப் பின்பற்றினார்.

நடந்ததை அறிந்த கிருஷ்ணர், அறியாதது போல் நடித்தார். சிறப்பு அறையின் கதவைத் தட்டினார். அவர் பதிலளிக்காத போது, அவர், 'பாமா, தயவுசெய்து கதவைத் திற,' என்று சொன்னார்.

சத்யபாமா இன்னும் கோபமடைந்து கணவருக்குத் தொந்தரவு கொடுக்க முடிவு செய்தார். 'யார் அது?' என்று கேட்டார். 'இது நள்ளிரவு. நான் அந்நியர்களுக்காய் கதவைத் திறப்பதில்லை,' என்று மறுப்பைக் காட்டினார்.

'உலகையும் பெரும் வேதங்களையும் காப்பாற்றிய பெரிய மீன் நான்,' என்று பதிலளித்தார். கிருஷ்ணர் தன்னைத்தானே விஷ்ணு தனது முதல் அவதாரத்தில் - மத்சுய மீனைக் குறிப்பிட்டுக் கொண்டார்.

'சரி, நீர் யுகங்களாய்த் தண்ணீரில் வசித்திருக்கிறீர்கள். அதனால் நீர் கடல் வாடையுடன் இருப்பீர். உங்களுக்காய் என்னால் கதவைத் திறக்க முடியாது.'

கிருஷ்ணர் தொடர்ந்தார், 'நானும் பாற்கடலைக் கடைந்த போது, இந்த அண்டத்தின் பாரத்தைத் தூக்கியவன். இப்போது கதவைத் திற.' அவர் ஆமையை, விஷ்ணுவின் இரண்டாவது அவதாரம் கூர்மாவைப் பற்றிப் பேசிக் கொண்டிருந்தார்.

'எங்களுக்கு அரண்மனையில் எடை தூக்கும் வேலை எதுவும் இல்லை. நீர் எங்கிருந்து வந்தீரோ அங்கேயே திரும்பும்,' என்று பயங்கரமான பதில் வந்தது.

'நான் காட்டுப்பன்றியாய், பலசாலியான இரண்யாட்சனைக் கொன்று, உலகைக் காப்பாற்றினேன். திற, பாமா.'

சத்யபாமாவும் சமமாய் பிடிவாதமாய் இருந்தாள். அவள், 'காட்டுப்பன்றிகள் மிகவும் ஆபத்தானவை. நான் உங்களுக்காய் எப்படிக் கதவைத் திறப்பேன் என்று எதிர்பார்க்கிறீர்கள்? எல்லாவற்றிற்கும் மேலாய், நான் ஒரு மென்மையான பெண்,' என்று சொன்னார்.

'பிரகலாதனின் பரிதாப நிலையைப் புரிந்து கொண்டு அவனுக்காய் வலிமைமிக்க சிங்க முகம் கொண்ட மனிதனாய் வந்தேன். கதவை திற.>

'சிங்கம் அல்லது அதன் மூர்க்கத்தனம் பற்றி நான் பயப்படவில்லை. அப்படி இருந்தாலும் நான் உங்களை உள்ளே விடமாட்டேன்,' என்றார் சத்யபாமா.

உரையாடலை ரசித்து கிருஷ்ணர் சிரித்தார். 'நான்தான் ஒரு சிறிய, இளம் அறிவார்ந்த சிறுவன் வடிவத்தில் பலியைக் கைப்பற்ற வந்தவன். வா, பிடிவாதமாய் இருக்காதே.'

'உண்மையில், உங்கள் அறிவால் பெரிய சக்கரவர்த்தியான பலியை ஏமாற்றி விட்டீர்கள். பின்னர், நீங்கள் அவருடைய பாதுகாவலர் ஆனீர்கள். உங்களை நம்ப முடியாது! உங்களைப் போன்றவருக்கு நான் கதவைத் திறக்கப் போவதில்லை.'

இறுதியாய், அவர் கூறினார், «ஓ பாமா, நான் உன் அன்பு கணவர், கிருஷ்ணா. இப்போது எனக்குக் கதவைத் திறப்பாயாக?'

பாமா கதவைத் திறந்தார். அவர் இதற்குமேல் கோபப்படவில்லை. ஆனால் தனக்குப் பாரிஜாத மலர்கள் கொடுக்கப்படவில்லை என்று இன்னும் பொறாமைக் கொண்டார். 'உண்மையாகவே நீங்கள் என்னை நேசிப்பவராய் இருந்தால், நீங்கள் அந்தப் பாரிஜாத மரம் என் தோட்டத்தில் நடப்படுவதை உறுதி செய்யுங்கள். நீங்கள் என்ன செய்ய வேண்டும் என்று எனக்குக் கவலையில்லை. நான் இங்குள்ள மரத்தைப் பார்க்கும் வரை, நான் சாப்பிடவோ குடிக்கவோ மாட்டேன்,' என்று அவர் தனது கணவரிடம் சொன்னார்.

இதற்கிடையில், நாரதர் ஒன்றும் செய்யவில்லை. அவர் இந்திரனிடம் சென்றார். மேலும், 'கிருஷ்ணர் உன்னிடம் பாரிஜாத மரத்தைக் கோரப்

போகிறார். அவருடைய மனைவி சத்யபாமா அதைச் சொந்தமாக்கிக் கொள்வதில் பிடிவாதமாய் இருக்கிறார்,' என்று கூறினார்.

இந்திரன் வருத்தமடைந்தார். 'விண்ணுலக மரத்தைப் புவிக்கு அனுப்ப எப்படிச் சத்யபாமா கேட்கலாம்? கிருஷ்ணர் கேட்டால் நான் அதை அவருக்குக் கொடுப்பேன். ஆனால் நான் கொடுக்கும் கிளை புவியில் நடும்போது எந்தப் பலனையும் தருவதில்லை என்ற நிபந்தனையின் பேரில் கொடுப்பேன்.'

எதிர்பார்த்தபடியே கிருஷ்ணர் இந்திரனைத் தரிசிக்க வந்தார். அவர் தன் நண்பரிடம், 'பாமாவுக்கு இந்த விண்ணுலக மரம் வேண்டும். இது முறையற்ற கோரிக்கை என்று எனக்குத் தெரியும், ஆனால் ஒருவேளை நீங்கள் ஒன்றை அவருக்காய் விட்டுக் கொடுக்கலாம்?'

இந்திரன் அவரை எச்சரித்து, 'மரமாய் வளரும் ஒரு கிளையை உங்களுக்குத் தருகிறேன். எனினும், மரம் ஒரு போதும் கனி தராது.'

கிருஷ்ணர் நிபந்தனையை ஏற்று, சத்யபாமாவிற்குக் கொடுக்க, கிளையைக் கொண்டு வந்தார். அவர் மிகவும் மகிழ்ச்சி அடைந்தார். அதைத் தனது தோட்டத்தின் ருக்மிணியின் புல்வெளி சுவரைப் பகிர்ந்து கொள்ளும் மூலையில் நட்டார். அவர், 'ருக்மிணியிடம் அந்தப் பூக்கள் ஒரு நாள் மட்டுமே இருந்தன. ஆனால் விரைவில், நான் ஒவ்வொரு நாளும் அவற்றைப் பெறுவேன். கிருஷ்ணா என்னை கூடுதலாய் நேசிக்கிறார்!' என்று நினைத்தார்.

மரம் வளர்ந்தது, சத்யபாமா அதை நன்றாய்ப் பார்த்துக் கொண்டார். ஆனால் காலப்போக்கில், அந்த மரத்தில் ஒரு பூ கூட மலர்ந்து அவரது தோட்டத்தில் விழவில்லை என்பதைக் கவனித்தார். மரம் ருக்மிணியின் சுவர் பக்கம் வளைந்திருந்தது, மலர்ந்திருந்த கிளைகள் அப்பக்கத்தில் இறங்கின. தினமும் சத்யபாமா மரத்திற்குத் தண்ணீர் பாய்ச்சினார். ஆனால் ருக்மிணிக்குத் தான் கிடைத்தன மலர்கள். இது சத்யபாமாவுக்கு, கோபத்தை ஏற்படுத்தியது.

அடுத்த முறை நாரதர் அங்குச் சென்றபோது அவரிடம், 'ஓ முனிவரே! நான் எல்லோரையும் விடக் கூடுதலாய் கிருஷ்ணரை நேசிக்கிறேன். அவர் நான் விரும்பிய மரத்தை எனக்குக் கொடுத்தார். ஆனால் ருக்மிணி மட்டுமே அதனால் பயனடைகிறார். இதற்கு என்ன பொருள்?' என்று கேட்டார்.

முனிவர் சிரித்தார். 'நீ கிருஷ்ணரை நேசிப்பது உண்மைதான், ஆனால் ருக்மிணி அவரை வணங்குகிறாள். அவளுடைய அன்பு

தூய்மையானது, எதிர்பார்ப்பு இல்லாதது. மேலும் அந்த நல்லொழுக்கம் கிருஷ்ணரைக் கூடுதலாய் ஈர்க்கிறது. அது கிருஷ்ணர் ருக்மிணி வல்லபா - ருக்மிணியின் கணவர் என்றும் அழைக்கப்படுகிறார்.'

சத்யபாமா கடைசியில் தன் முட்டாள்தனத்தை உணர்ந்தார்.

மாதங்கள் கடந்தன. நாரதர் மீண்டும் ஒரு நாள் சத்யபாமாவைக் காண வந்தார். அவர் சோர்வாய்க் காணப்பட்டார்.

சத்யபாமா அவரிடம், 'என்ன விடயம்? நீங்கள் ஏன் இன்று மிகவும் சோர்வாய் இருக்கிறீர்கள்?' என்று கனிவுடன் கேட்டார்.

'ஓ சத்யபாமா, நான் இப்போதுதான் ருக்மிணியின் வீட்டிலிருந்து வருகிறேன். அவள் தலைமை அரசியும் இளவரசியும் ஆவார். அவருடைய இதயம் உண்மையில் பெரியது. அவர் கணவரின் நலனுக்காய் எனக்குக் கொஞ்சம் தானம் கொடுத்தார். பை மிகவும் கனமாய் இருந்தது. அதுதான் என் சோர்வுக்குக் காரணம்,' என்று சத்யபாமாவைத் தூண்டி விடும் என்பதை அறிந்து, நாரதர் பதிலளித்தார்.

உடனே சத்யபாமாவுக்குப் பொறாமையும் கோபமும் ஏற்பட்டது. 'அன்பான முனிவரே, நான் இளவரசியாய் இல்லாமல் இருக்கலாம், ஆனால் என் தந்தையும் ஒரு செல்வந்தர். நானும் என் கணவருக்காய் தர்மம் செய்யலாம்.'

'ஆமாம், உங்கள் தந்தையிடம் சமந்தகமணி உள்ளது, நீங்கள் இளவரசிக்குக் குறைந்தவர் அல்ல,' என்றார் நாரதர்.

'பணம் பிரச்சினை இல்லை சத்யபாமா. எனக்கு வேண்டிய எதையும் தருவீர்களா? ஒருவேளை அது உங்களை ருக்மிணியை விட சிறந்தவர் ஆக்கும். உங்களுக்கு மேலும் புகழைக் கொண்டு வரும்.'

'அன்புள்ள முனிவரே! என்னிடம் எதையும் கேளுங்கள். நான் அதை உங்களுக்குத் தருகிறேன். உறுதியளிக்கிறேன்,' என்று சத்யபாமா வலியுறுத்தினார். 'கேளுங்கள் முனிவரே!' என்று அவள் பொறுமையின்றி தொடர்ந்தார்.

'சரி, உன் கணவனை எனக்குத் தர்மம் செய். ருக்மிணி ஒருபோதும் அப்படிச் செய்ய மாட்டார்,' என்றார் நாரதர்.

'நிச்சயமாய்! சத்தியம் என்பது சத்தியம்,' சத்யபாமா விரைவாய், கூறினார் சிந்திக்காமல்.

உடனே நாரதர் கிருஷ்ணரை அழைத்து, தானம் பற்றிய தகவலைத் தெரிவித்தார்.

கிருஷ்ணர் சிரித்துக்கொண்டே, 'என் சொந்த உரிமையில் நான் இல்லை. என் மனைவி என்ன சொன்னாலும் நான் சம்மதிப்பேன்,' என்றார்.

நாரதர் சிறிதும் யோசிக்காமல் தண்ணீர் கேட்டார். இரண்டாம் எண்ணம் எதுவும் இன்றி, நீரும் துளசியும் கொண்டு சத்யபாமா சடங்கை முடித்தார். கிருஷ்ணரைத் தானமாய்க் கொடுத்தார்.

நாரதர் கிருஷ்ணரிடம் திரும்பி, 'இப்போது நகைகளையும் விலையுயர்ந்த ஆடைகளையும் அகற்றி, எளிய உடைக்கு மாறுங்கள். இதோ, என் பையை எடுத்துக்கொண்டு நான் எங்குச் சென்றாலும் என்னைப் பின்தொடர்ந்து வாருங்கள்.'

சத்யபாமா பதறினார். 'என் கணவரிடம் இப்படிப் பேசாதீர்கள்! அவர் உங்கள் அடிமை இல்லை. அவர் ஏன் உங்களைப் பின் தொடர வேண்டும்? உங்களுக்குத் தங்குவதற்குச் சொந்த இடம் கூட இல்லை. பிறகு அவரை யார் பார்த்துக் கொள்வார்கள்?'

'என்னிடம் இதுபோன்ற கேள்விகளைக் கேட்க உங்களுக்கு உரிமை இல்லை' என்றார் நாரதர் உறுதியாய். 'கிருஷ்ணரை எனக்குத் தானமாய் தந்து விட்டீர்கள் - அவர் இப்போது எனக்குச் சொந்தம். நான் அவருடைய எசமானன். அவரை நான் விரும்பும் இடத்திற்கு அழைத்துச் செல்வேன். என் ஆசையும் செய்ய வேண்டிய வேலையையும் பொறுத்து, நான் அவரைத் திருப்பி அனுப்பலாம் அல்லது அனுப்பாமலும் இருக்கலாம்.'

சத்யபாமா தன் தவறை உணர்ந்த தருணம் அது. பொறாமையாலும் கோபத்தாலும், தன்னுடைய அகந்தையை மகிழ்விக்க அவர் தன் கணவனை முனிவருக்குக் கொடுத்துவிட்டார்.

இந்தச் செய்தி கிருஷ்ணரின் மற்ற மனைவிகளுக்கும் விரைவாய் எட்டியதும் சத்யபாமாவைத் தேடி வந்தார். சிலர் பீதியால் நிரம்பியிருந்தனர், சிலர் அழுது கொண்டிருந்தனர், சிலர் கோபமடைந்தனர். அனைவரும், 'எங்கள் கணவரை விட்டுக்கொடுக்க உங்களுக்கு எவ்வளவு தைரியம்? அவர் ஒரு உயிருள்ள நபர். ஒரு பொருள் அல்ல. மேலும், அவர் உங்களுக்கு மட்டும் சொந்தமானவர் அல்ல - அவர் தனது பெற்றோருக்கும் மற்ற மனைவிகளுக்கும் பக்தர்களுக்கும் சொந்தமானவர். கிருஷ்ணர் அனைவருக்கும் சொந்தமானவர். என்ன செய்துவிட்டீர்கள்?' என்று அவரைத் திட்டினர்.

சத்யபாமா பயந்து நாரதரிடம், 'ஓ முனிவரே! தயவு செய்து என்னை மன்னிக்கவும். நான் ஒரு பயங்கரமான தவறு செய்துவிட்டேன். எனக்கு

மட்டும் கிருஷ்ணர் சொந்தமல்ல. தயவுசெய்து அவரை எங்களிடம் திருப்பிக் கொடுங்கள்.'

'மற்ற மனைவிகளின் நிலை எனக்குப் புரிகிறது,' என்று தொடங்கினார் நாரதர். 'அவர்களின் வலியை எண்ணி கிருஷ்ணரைத் திருப்பித் தருகிறேன். இருப்பினும், ஒரு முறை தானம் கொடுக்கப்பட்டது, திரும்பப் பெற முடியாது. எனவே, எனக்கு வேறு ஏதேனும் தரவேண்டும். சத்யபாமா, ஒருவேளை நீ கிருஷ்ணரின் எடைக்கு மதிப்புள்ள தங்கத்தை எனக்குக் கொடுத்தால், நான் அவரைப் போகவிடுகிறேன்.' அவர் கிருஷ்ணரைப் பார்த்தார்.

கிருஷ்ணர் ஒரு மர்மமான புன்னகையைப் பூத்தார். சத்யபாமா நிம்மதி அடைந்து அவள் பதிலில் நம்பிக்கையுடன், ‹நிச்சயமாய்! நான் சத்ராஜிதாவின் மகள். உங்களுக்குத் தங்கம் கொடுப்பதில் எனக்கு ஒரு பிரச்சனையும் இல்லை.'

சத்யபாமா மிகப்பெரிய எடையுள்ள தராசைக் கொண்டு வரச் செய்தார். ஒரு பக்க தராசுத் தட்டில் கிருஷ்ணரை உட்கார வைத்தார். பின்னர் மற்றதில் தங்கத்தை வைக்கத் தொடங்கினார். ஆனால் கிருஷ்ணரின் தட்டு இன்னும் தரையைத் தொட்ட வண்ணமே இருந்தது. தன்னிடம் இருந்த தங்கம் எல்லாவற்றையும் போட்டு முடித்த பிறகு, அவள் தன்னிடம் தந்தையிடமிருந்து பெறப்பட்டு இருந்த பல கனமான தங்கப் பாத்திரங்களை வைக்கத் தொடங்கினார். ஆனாலும், அவரால் கிருஷ்ணருக்கு இணையான எடைக்குத் தங்கத்தைத் தர முடியவில்லை. பின்னர், தன் உடலிலிருந்த நகைகள் அனைத்தையும் கழற்றி, தட்டில் வைத்தார். ஆனால் தராசு அளவைச் சமநிலைப்படுத்துவதற்கான எந்த அறிகுறியையும் காட்டவில்லை. கடைசியில் சத்யபாமாவிடம் தட்டில் வைக்க ஒன்றும் இல்லை.

இந்த நிகழ்வைக் கண்டு அனைவரும் வியந்தனர்.

நாரதர், 'நீங்கள் என் நிபந்தனையை நிறைவேற்றவில்லை, சத்யபாமா. கிருஷ்ணரை என்னுடன் வைத்துக் கொள்ள வேண்டும். ஓ கோபாலா! எழுங்கள் என் பின் வாருங்கள்.'

சத்யபாமா கிருஷ்ணரை நிராதரவாகப் பார்த்தார்.

கிருஷ்ணர் நாரதரைப் பார்த்துப் புன்னகைத்தார். பின்னர் அவர் சத்யபாமாவிடம் திரும்பி, 'மேலும் ஒரு வாய்ப்பு தருகிறேன். நீங்கள் ருக்மிணியின் உதவியை நாடலாம்.'

முதலில் சத்யபாமா எதிர்த்தார். 'இந்தச் சூழ்நிலையில் ருக்மிணி எனக்கு எப்படி உதவ முடியும்?' என்று அவர் நினைத்தார். 'அவரிடம்

செல்வமே இல்லை! கூடுதல் தங்கத்துடன் அவர் எனக்கு எப்படி உதவ முடியும்? ஆனால் என்னிடம் வேறு வழி இல்லை. எனக்குக் கிருஷ்ணர் திரும்ப வேண்டும்.' எனவே, அவர் ருக்மிணியிடம் திரும்பி, 'அக்கா வந்து உதவி செய்வீர்களா?' என்று கேட்டார்.

ருக்மிணி அருகிலிருந்த தோட்டத்திற்குச் சென்று, ஒரு துளசி இலையுடன் திரும்பி வந்தார். 'என் கிருஷ்ண பக்தி உண்மையானால், எடையுள்ள தராசு இப்போது தட்டுகளைச் சமமாக்கும்,' என்று கூறினார்.

ருக்மிணி கவனமாய் இலையை எடுத்து, தங்கம் இருந்த தட்டில் வைத்தார். அனைவருக்கும் இன்ப அதிர்ச்சி அளிக்கும் வகையில், தட்டு கிருஷ்ணரின் தட்டிற்குச் சரியான உயரத்திற்கு உயர்த்தப்பட்டது - தராசின் முள் இறுதியாய் நடுவில் நின்றது.

'நீங்கள் இப்போது இறங்கி வரலாம் கிருஷ்ணா,' என்றார் நாரதர். பின்னர் அவர் சத்யபாமாவிடம், 'உடைமையை விடச் சிறந்தது பக்தி. ருக்மிணி கிருஷ்ணரை நிபந்தனையின்றி நேசிக்கிறார். அதனால்தான் தராசின் தட்டுகள் சமமாகின,' என்று எடுத்துக் கூறினார்.

சத்யபாமா வெட்கத்தால் தலை குனிந்தார். இந்த மதிப்புமிக்க பாடத்தை மறக்க மாட்டேன் என்ற சபதம் ஏற்றார்.

# கடவுள் இல்லாத கோவில்

ஒரு காலத்தில். சக்தி வாய்ந்த ஆசையை நிறைவேற்றும் *நிலா மாதவ* கடவுளின் சிலையை வணங்கும், விசுவவசு என்ற பழங்குடித் தலைவர் வாழ்ந்து வந்தார். விசுவவசுவின் பழங்குடியினர், இன்றைய ஒடிசா மாநிலத்தில், நீலநிற சாம்பல் கல் மலைத்தொடர் அருகில் அமைந்திருந்த நிலாத்ரி அல்லது நிலாச்சலா எனப் பெயரிடப்பட்ட இடத்தில் இருந்தனர்.

அந்த நாட்களில், ஒடிசா கலிங்கம் என்று அறியப்பட்டது. பரந்த பேரரசு இந்திரத்யும்னனால் ஆளப்பட்டது. எப்பொழுது மன்னர் கடவுளின் சக்திவாய்ந்த இருப்பைக் கேள்விப்பட்டாரோ அப்பொழுது முதல் அந்தக் கடவுளின் சிலையை, அவர் தனது நாட்டில் நிறுவ விரும்பினார். அதனால், விசுவவசுவுக்குச் சொல்லி அனுப்பினார்.

ஆனால், பழங்குடியினத் தலைவர் திட்டவட்டமாய் மறுத்துவிட்டார். ‹இவர் எங்கள் கடவுள். அவரை அனுப்ப முடியாது,› என்றார்.

இந்திரத்யும்னன் கடவுளைப் பெற ஆசைப்பட்டார். தனது அறிவார்ந்த தம்பியான வித்யாபதியிடம் பணியை ஒப்படைத்தார்.

பூசாரியாய் மாறுவேடமிட்டு, வித்யாபதி பழங்குடியினர் இருக்கும் இடத்திற்குச் சென்றார். மேலும் சிலை பத்திரமாய் காடுகளின் ஆழமான பகுதியில் உள்ள ஒரு குகையில் வைக்கப்பட்டுள்ளது என்பதை அறிந்தார். மன்னர் கடவுளை எடுத்துச் செல்ல ஏங்கினான் என்பதை விசுவவசு அறிந்திருந்தால், கடவுளை மிகவும் இரகசியமாய் தரிசித்து வந்தார். வித்யாபதி சிலை இருந்த அந்த இடத்தைக் கண்டுபிடிக்க தன்னால் முடிந்தவரை முயன்றார். ஆனால் பலனில்லை. பழங்குடித் தலைவர் மிகவும் அறிவார்ந்தவர். கடவுளின் சரியான இருப்பிடம் பற்றிய விவரங்கள் ஒரு சில நம்பகமான நபர்களுக்கு மட்டுமே கூறப்பட்டிருந்தது.

‘தலைவரின் ஆட்களின் வட்டத்திற்குள் நுழைவதற்கு நான் ஒரு வழியைக் கண்டுபிடிக்க வேண்டும்,’ என்று வித்யாபதி நினைத்தார். அவர் ஒரு திட்டத்தை வகுக்கத் தொடங்கினார்.

விசுவவசுவுக்கு லலிதா என்ற அழகான மகள் இருந்தாள். நிலா மாதவரின் சிற்பத்தை அடைய, மன்னரின் சகோதரருக்கு இது ஒரு வழி என்று தோன்றியது. அதனால், வித்யாபதி லலிதாவைக் கவரும் வகையில் செயல்களைச் செய்து, அவளைக் காதலிக்க வைத்தார். தன்னைத் திருமணம் செய்து கொள்ள வற்புறுத்தும் அளவிற்குக் கொண்டு வந்தார். விசுவவசு ஒரு அன்பான தந்தை. அதனால் மகளின் வேண்டுகோளுக்கு அடிபணிந்தார். விரைவில், இருவரும் திருமணம் செய்து கொண்டனர்.

ஆனாலும், வித்யாபதிக்குக் குலதெய்வத்தைப் பார்க்கும் வாய்ப்பு கிடைக்கவில்லை. நேரம் கடந்தது. அவருடைய புதிய வாழ்க்கையில், அவரது மாமனார் ஒவ்வொரு பதினைந்து நாட்களுக்கும் காணாமல் போய் அடுத்த நாள் காலை திரும்பி வந்தார் என்பதை வித்யாபதி கவனித்தார். 'லலிதா, நான் உன் கணவன், அதனால் குடும்பக் கடவுளை வணங்க நான் விரும்புகிறேன். நீ என்னை நிலா மாதவா இருக்கும் புனித இடத்திற்கு அழைத்துச் செல்வாயா?' என்று வாய்ப்பினை ஏற்படுத்திக் கொண்டு, மனைவியிடம் வித்யாபதி கேட்டார்.

அப்பாவி லலிதா தன் கணவனை நம்பி தன் தந்தையை அணுகினாள். முதலில் அவள் கோரிக்கையை அவர் மறுத்துவிட்டார். ஆனால் லலிதா விடாப்பிடியாய் இருந்தாள். கடைசியில் அவர், 'உன் கணவரைக் கண்ணை மூடிக்கொண்டு கடவுள் இருக்கும் இடத்திற்கு அழைத்துச் செல்கிறேன். பிறகு நான் கண்களைத் திறந்து விடுவேன். அவர் இறைவனை வணங்கலாம். அதன் பிறகு, நான் மீண்டும் அவருடைய கண்ணைக் கட்டி, திரும்பி அழைத்து வருவேன்,' என்று தன் திட்டத்தைக் கூறினார்.

வித்யாபதி இச்செய்தியைக் கேட்டு பரவசம் அடைந்தார். இது அவருக்குக் கிடைத்த வாய்ப்பு. அடுத்தப் பதினைந்து நாட்களில், விசுவவசு அவரை, குகைக்குக் கண்களை மூடி அழைத்துச் சென்றபோது, வித்யாபதி கடுகு விதைகளுடன் கீழே துளை கொண்ட பை ஒன்றை எடுத்துச் சென்றார். குகைக்குச் செல்லும் வழி முழுவதும், விதைகள் மெதுவாய் தரையில் விழுந்தன. அங்கு வித்யாபதி கடவுளை வழிபட்டார். திட்டமிட்டபடி திரும்பி வந்தார். பின்னர், வரவிருந்த மழைக்காலத்திற்காய் அவர் காத்திருந்தார். விரைவில், கனத்த மழைப்பொழிவால், கடுகு விதைகள் முளைக்கத் தொடங்கின. மஞ்சள் மலர்கள் காற்றில் நடனமாடின. சரியாய் நேரம் வாய்த்தபோது,

வித்யாபதி கடுகு செடிகளைப் பின்தொடர்ந்து, குகையை அடைந்தார். நிலா மாதவனைத் திருடி, அவசரமாய் தன் நகரான பூரிக்குச் சென்றார்.

மன்னர் இந்திரத்யும்னன் சகோதரனின் வருகையைப் பற்றிய செய்தியைக் கேட்டவுடன், இறைவனைப் பார்க்க வேண்டும் என்ற நம்பிக்கையில் அவனிடம் சென்றார். ஆனால் ஐயோ! சிலை எங்கும் காணப்படவில்லை! அது எங்கோ மறைந்துவிட்டது.

அரசர் முற்றிலும் ஏமாற்றமடைந்தார். 'நான் குலதெய்வத்தைப் பார்க்கும் வரை ஓய மாட்டேன்' என்று கூவினார். 'சாகும் வரை உண்ணாவிரதம் இருப்பேன்.'

திடீரென்று, 'சிலை மணலில் மறைந்துவிட்டது. நீங்கள் நாளை பார்க்கலாம்,' என்று அசரீரி குரல் ஒலித்தது.

மறுநாள் விடியற்காலையில், அரசன் கடற்கரைக்கு ஓடிச் சென்றார். இருப்பினும், அவர் ஒரு மரக் கட்டையை மட்டுமே பார்த்தார். அசரீரி குரல் மீண்டும் அரசனிடம், 'சொர்க்கத்தின் சிற்பி விசுவகர்மாவை வேண்டிக் கொள். அவர் உனக்கு உதவுவார்,' என்றது.

அதனால், இந்திரத்யும்னன் தன் வேண்டுதலைத் தீவிரமாய்த் துவங்கினார். அவரது வேண்டுதலின் போது, ஒரு மர்மமான முதியவர் வந்தார். அவரிடம் ஒரு அமைதியான இருப்பும் அமைதியான நடத்தையும் இருந்தது. தெய்வீக மரக் கட்டையை ஜெகன்நாதரின் மூன்று சிலைகளாய் (விஷ்ணுவின் வடிவம்), பாலபத்ரா (கிருஷ்ணரின் சகோதரர், பலராமர்) மற்றும் சுபத்ரா (கிருஷ்ணரின் சகோதரி) ஆக மாற்றுவேன்,' என்று இந்திரத்யும்னரிடம் அந்த மனிதர் கூறினார்.

ஆனால், முதியவர் ஒரு நிபந்தனை விதித்தார். 'நான் உனக்கு உதவுகிறேன். ஆனால் அன்புள்ள மன்னனே! நான் கதவை மூடிக்கொண்டு என் வேலையைச் செய்ய வேண்டும். நான் முடிக்கும் வரை யாரும் என்னைத் தொந்தரவு செய்யக்கூடாது. பணி முடிந்ததும் நானே வாசல் கதவைத் திறப்பேன்.'

மன்னன் இந்திரத்யும்னன் பரவசமடைந்து நிபந்தனைக்கு ஒப்புக்கொண்டார்.

பணி துவங்கி, சில மாதங்கள் கடந்தன. ஒரு முறை கூடக் கதவு திறக்கவில்லை. உணவுக்கான கோரிக்கையும் இல்லை. இன்னும் சொல்லப் போனால் - உள்ளே இருந்து எந்தச் சத்தமும் இல்லை! இந்திரத்யும்னனும் அவரது மனைவி அரசியும் கவலை அடைந்தனர். 'முதியவர் இறந்துவிட்டால் என்ன செய்வது?' என்று ராணி திகைத்தார்.

'கதவைத் திறப்போம்,' என்று மன்னனிடம் சொன்னார்.

முதலில், மன்னர் எதிர்த்தார். ஆனால் மிகவும் ஊக்கப்படுத்திய பிறகு, அவர் ஏற்றுக் கொண்டார். வீரர்கள் வலுக்கட்டாயமாய் அறைக்குள் சென்று கண்ட போது, சிலைகள் இன்னும் முழுமையடையவில்லை என்பதைக் கண்டனர். தன் ஆட்களுடன் வந்த மன்னன், அந்த முதியவர் இப்போது இல்லை என்பதைக் கண்டான். அங்கே, மாறாய், விசுவகர்மாவைப் பார்த்தார். உடனே அது சொர்க்கத்தின் கட்டிடக் கலைஞர் ஒருவர் சிலைகளில் வேலை செய்து கொண்டிருக்கிறார் என்று உணர்ந்தார்.

'உங்கள் முட்டாள்தனம் என் வேலையைப் பாதியில் விட்டுவிட வேண்டிய கட்டாயத்தை ஏற்படுத்தி உள்ளது. சிலைகள் இப்போது கைகள் இல்லாமல் அப்படியே இருக்கும்,' என்று இடியென முழங்கினார் விசுவகர்மா. 'எனினும், பகவான் ஜெகன்நாதரே, எப்போதும் போலவே கனிவுடன் இருப்பவர் என்பதால் எப்போதும் போல நாட்டிற்கு ஆசி வழங்குவார்.'

விசுவகர்மா மறைந்து போனார். பாதியளவு மரக்கட்டை சிலைகள் அறையின் உள் கருவறையில் இருந்தன.

இன்று ஒடிசாவில் உள்ள ஜெகன்நாதர் கோயிலுக்குச் சென்றால், கைகள் இல்லாத அந்தக் கடவுளர்கள் மூவரையும் பார்க்கலாம்.

சிலைகள் முழுமையடையாமல் இருந்தாலும், இந்திரத்யும்னன் இறைவன் பாதுகாப்பை உறுதி செய்ததற்காய் மிகவும் நன்றியுள்ளவனாய் அப்படியே இருந்தான். 'யார் ஆட்சி செய்தாலும் கலிங்க பேரரசிற்கு அவர் உரிமையாளர் அல்ல என்பதை நினைவில் கொள்ள வேண்டும். அதன் சொந்தக்காரர் ஜெகன்நாதர், நாம் அவருடைய பணியாளர்கள். ஒவ்வொரு மன்னனும் தனது உண்மையான உணர்வை வெளிப்படுத்த, வருடாந்திர தேர் விழாவிற்கு முன், தேரைத் தானே சுத்தம் செய்ய வேண்டும். இந்த விழாவை நாம் இரத யாத்திரை என்று அழைப்போம்,' என்று அவரது நாட்டில் உள்ள அனைவரும் அவர் அறிவித்தார்.

இந்திரத்யும்னனுக்குப் பின் வந்த தலைமுறைகள் அவரது அறிவுறுத்தல்களைப் பின்பற்றின. இந்த ஆட்சியாளர்களில் ஒரு துணிச்சலான புருஷோத்தம தேவா என்ற இளவரசர் இருந்தார். ஒரு சக்திவாய்ந்த நேர்மையான பேரரசராய் இருந்தார். இளவரசரின் அரச

குடும்பம் ஜெகன்நாதரை எசமானராகக் கருதியது. அவரது பணிவையும் கீழ்ப்படிதலையும் காட்டுவதற்காய், உலகத்தாருக்கும் தன்னுடைய குடிமக்களுக்கும், தான் இறைவனின் பணியாள் என்று குறிப்பதற்காய், இளவரசர் ஒவ்வொரு ஆண்டும் தங்க விளக்குமாறு கொண்டு தேரைத் துடைத்தார்.

காலப்போக்கில், அவர் அழகான காஞ்சிபுரத்தைச் சேர்ந்த இளவரசி பத்மாவதியைப் பற்றிக் கேள்விப்பட்டார். அவரது அதிகாரிகள் மூலம் அவளுக்குத் திருமண ஓலையை அனுப்பி வைத்தார். இருப்பினும், இளவரசி, ஒரு தங்க துடைப்பத்தால் தரையைப் பெருக்கும் அரச தோட்டியை எப்படி மணப்பது?› என்று கேலி பேசினார்.

செய்தி உடனடியாய் இளவரசருக்கு எட்டியது. அவர் இளவரசிக்குப் பாடம் கற்பிக்க முடிவு செய்தார். அவர் காஞ்சிபுரம் மீது படையெடுத்தார். மன்னனைத் தோற்கடித்து, பத்மாவதியைச் சிறைபிடித்து, பூரிக்கு அழைத்து வந்தார். அவர் நாட்டிலிருந்து வேறு எதையும் எடுக்கவில்லை.

தலைநகருக்குத் திரும்பி, இளவரசியைக் கூடப் பார்க்காமல், இளவரசர் தனது முதலமைச்சரிடம், இந்தத் திமிர் பிடித்த இளவரசி ஒரு தோட்டியை விரைவில் திருமணம் செய்து கொள்ள வேண்டும் என்பதைத் தயவுசெய்து உறுதிப்படுத்திக் கொள்ளுங்கள்,' என்று கூறினார்.

அவருக்கு அதிர்ஷ்டவசமாய், கலிங்கத்தின் அமைச்சர் ஒரு அறிவார்ந்த முதியவர். சில சமயம் பின்விளைவுகள் புரியாமல் கோபத்தில் சிலர் பேசுவதும் நடிப்பதும் அவருக்குத் தெரியும். பத்மாவதியை இளவரசரைப் பொதுவில் இழிவாய்ப் பேசி, தவறு செய்துவிட்டாள். ஆனால் அவளுக்கு அத்தகைய மோசமான தண்டனைக்குத் தகுதியானவள் அல்ல. எனவே, அமைச்சர் அவளை இளவரசரிடம் இருந்து மறைத்து, அவளைப் பத்திரமாய் வைத்திருந்தார். எப்படி அடக்கமாயும் பிறரிடம் கருணைக் காட்டுபவராயும் இருக்க கற்றுக் கொடுத்தார். காலப்போக்கில் பத்மாவதி அறிவார்ந்த அமைச்சரிடம் இருந்து நிறைய கற்றுக்கொண்டாள். தனது மோசமான நடத்தைக்கு வருந்தினாள்.

அடுத்த ஆண்டு தேர் திருவிழாவில், இளவரசர் ஒரு களங்கமற்ற வெள்ளை ஆடையில், ஒரு தங்க விளக்குமாறுடன் உள்ளே வந்தார். எப்பொழுதும் போல, அவர் தேரை வேகமாய் சுத்தம் செய்யத் துவங்கினார். திடீரென்று, அழகான கன்னி அவனை அணுகினாள்.

அவனால் எண்ணங்களைச் சேகரித்து முடியும் முன்பே, அவனுக்கு மாலை அணிவித்தாள்.

இளவரசர் தன் தடத்தில் நின்றார். அவர் அவளிடம், 'இளம் பெண்ணே, யார் நீ? எனக்கு மாலை அணிவிக்க உங்களுக்கு எப்படித் துணிவு வந்தது?' என்றார் வியப்புடன்.

இளவரசி வெட்கமும் அமைதியும் கலந்த குரலில், 'நான் இப்போது உங்கள் மனைவி. திருமணத்திற்கு அவசியமான ஒரு சடங்கை முடித்துவிட்டேன்,' என்றார்

இளவரசர் கோபமடைந்தார்.

அப்போது, அமைச்சர் குறுக்கிட்டு, 'இளவரசே, இது காஞ்சிபுரத்து இளவரசி பத்மாவதி,' என்றார் அமைதியாய்.

மன்னர் அவளைப் பற்றிக் கிட்டத்தட்ட மறந்துவிட்டார். 'நான் உன்னிடம் அவளை ஒரு தோட்டிக்குத் திருமணம் செய்துவிடுங்கள் என்று தானே சொன்னேன். அவளுக்கு ஏன் இன்னும் திருமணம் ஆகவில்லை?' என்று அமைச்சரிடம் கத்தினார்.

அமைச்சர் அமைதியாய் இருந்தார். 'ஆனால், இளவரசே, நான் உங்களுடைய அறிவுறுத்தல்கள் நிறைவேற்றிவிட்டேன். நீங்கள் ஒரு தங்க விளக்குமாறு சுமக்கிறீர்கள். இப்போது தான் தேரை நீங்களாகவே கூட்டினீர்கள். நீங்கள், உண்மையில், கடவுளுக்கு ஒரு தோட்டி. இப்போது அவள் உங்களைத் திருமணம் செய்து கொண்டாள்.'

இந்த நிகழ்வுகளால் இளவரசர் ஆச்சரியப்பட்டார். அவர் அமைச்சர் சரியான முடிவை எடுத்துள்ளார் என்பதை உணர்ந்தார். மேலும் அவர் பத்மாவதியை மன்னித்தார்.

அமைச்சர் மேலும், 'அன்புள்ள இளவரசே! நீங்கள் ஒருபோதும் கோபத்திலோ அவசரத்திலோ எதையும் செய்யக்கூடாது. முக்கியமான முடிவுகள் மக்களின் வாழ்வில் ஏற்படும் பாதிப்புகள் குறித்து, கவனிப்புடனும் அக்கறையுடனும் விவாதிக்க வேண்டும். ஜெகன்நாதர் உங்கள் இருவரையும் காக்கட்டும். நீங்கள் எப்போதும் மகிழ்ச்சியாய் வாழ்வீர்கள்,' என்று ஆசி கூறினார்.

இன்றும், பூரியில் உள்ள அரச குடும்பத் தலைவர் ஒவ்வொரு ஆண்டும் இரத யாத்திரையின் தொடக்கத்தில் ஒவ்வொரு முறையும் தங்க விளக்குமாறு கொண்டு தேரைச் சுத்தம் செய்கிறார். யாத்திரையில் மூன்று இரதங்கள் உள்ளன: ஒன்று கிருஷ்ணருக்கு, ஒன்று

பலபத்ரருக்கு ஒன்று சுபத்ராவுக்கு. மரத்தாலான கடவுள்கள் தேர்களில் வைக்கப்பட்டு, அத்தை வீட்டிற்குச் செல்லும் சாலையின் முடிவுக்கு - குண்டேச்சா கோவில் - எடுத்துச் செல்லப்படுகின்றன. பழைய இடத்திற்குத் திரும்புவதற்கு முன் அங்கு ஒரு வாரத்திற்குச் சிலைகள் நிறுவப்படும். இந்தியாவில் முழு வாரம் கடவுள்கள் இல்லாத ஒரே கோயில் இதுதான்!

# யானையின் வயிற்றில் வீரர்கள்

இந்தக் கதை பாசா என்ற பண்டைய இந்திய நாடக ஆசிரியரால் எழுதப்பட்ட நாடகம் சுவப்னா வாசவதத்தை அல்லது வாசவதத்தையின் கனவிலிருந்து வந்தது.

வத்சதேச இளவரசன் உதயணன் இளமையும், அழகும், இரக்கமும் பக்தியும் கொண்டவன். கோஷாவதி என்ற வீணை வாசிப்பில் மிகுந்த தேர்ச்சி பெற்றவன். அவன் காட்டில் வாசித்த போது, யானைகளும் இசையைக் கேட்க வரும் அளவிற்கு அவர் மிகவும் நன்றாய் வாசிப்பான்.

இளவரசன் தனது பெற்றோரை இழந்திருந்ததால், மிகச்சிறந்த முதலமைச்சர், யௌகாந்தராயனின் அறிவுரையை நம்பியிருந்தான். நாடு அதன் இளம் அனுபவமற்ற இளவரசனை நம்பி இருந்ததால், மற்ற அரசர்கள் அவனை உன்னிப்பாகக் கவனித்துக் கொண்டிருப்பதை அமைச்சர் அறிந்திருந்தார். அதனால் அவர் அடிக்கடி உதயணனிடம், 'இளவரசே! நான் நுண்கலை மீது உங்களிடம் இருக்கும் ஆர்வத்தைப் பாராட்டுகிறேன். ஆனால் நீங்கள் ஒரு இளவரசர். தயவுசெய்து உங்கள் குடிமக்களின் நலனில் மட்டுமே கவனம் செலுத்திப் பராமரிக்கவும் உங்கள் அண்டை நாடுகளுடன் இராஜதந்திர உறவுகள் வைத்துக் கொள்வதும் இன்றியமையாதது,' என்று உரைப்பார்.

இளவரசன் உதயணன் எப்பொழுதும் அவர் கூறுவதைக் கண்டு கொண்டதில்லை.

அண்டை அரசர்களில் ஒருவரான அவந்தி அரசர் பிரத்யோதாவிற்கு வாசவதத்தை என்ற அழகான மகள் இருந்தார். அவள் கிட்டத்தட்ட எல்லாவற்றிலும் சிறந்து விளங்கினார். பிரத்யோதா அவரது மகளுக்குப் பொருத்தமான மணமகனைத் தேடிக்கொண்டிருந்தார். ஆனால் அவளுடைய திறமைக்கு ஈடாக யாரும் இருக்கவில்லை. அரசரிடம் மக்கள் அடிக்கடி, 'உதயணன் மட்டும்தான் அவளுக்குப் பொருத்தமான கணவன். ஆனால் அவன் திருமணம் செய்து கொள்ள விரும்பவில்லை. அவன்

தனது வீணையில் வாசிப்பில் மகிழ்ச்சியாய் இருக்கிறான், அவனுக்கு வேறு எதற்கும் நேரம் இல்லை,› என்று கருத்துச் சொல்வார்கள்.

சிறிது யோசனைக்குப் பிறகு, பிரத்யோதா ஒரு திட்டத்தைத் தீட்டினார். அவரது நாட்டின் மிகவும் திறமையான தச்சர்களை அழைத்தார். அவர்களிடம் வயிற்றுக்குள் வெற்றிடமாய் இருக்கும் ஒரு பெரிய உயிர் போன்ற யானையை உருவாக்கச் சொன்னார். அது கட்டப்பட்ட பிறகு, பிரத்யோதா தனது வீரர்களை அதற்குள் நுழையச் சொன்னார். மேலும் உதயணனின் நாட்டின் எல்லைக்கு அடுத்து இருந்த தனது நாட்டின் பகுதியில் யானையை வைக்கச் செய்தார். அதே நேரத்தில், மாபெரும் யானை ஒன்று அவந்தி காடுகளுக்குள் புகுந்து மக்களிடையே குழப்பத்தை விளைவிக்கிறது என்ற ஒரு வதந்தியை அவர் இரு நாடுகளிலும் பரப்பினார்.

விரைவிலேயே இச்செய்தி, வீணை வாசிக்க காட்டுக்குப் புறப்பட்டுக் கொண்டிருந்த உதயணனுக்குச் சென்றது. யௌகாந்தராயன் அவனை நிறுத்தினார். ‘இளவரசே! நமக்குக் கிடைத்த செய்தியில், ஏதோ ஐயத்திற்கு உரிய விடயம் உள்ளது. ஒரு மாபெரும் யானை இருப்பதை உறுதிப்படுத்தும் வகையில் நம் ஆட்கள் யாரும் இல்லை. நமது நாட்டில் வழக்கத்திற்கு மாறான எதையும் மக்கள் தெரிவிக்கவில்லை. செய்தி உண்மையாய் இருந்தால், ஏன் இன்னும் அதைச் சுற்றி பீதி இல்லை? ஏன் பிரத்யோதா அதைப் பற்றி இன்னும் எதுவும் செய்யவில்லை? இதற்குப் பின்னால் வேறு ஏதாவது இருக்குமோ என்று அஞ்சுகிறேன். இன்று காட்டில் உங்கள் வழக்கமான இடத்திற்குச் செல்ல வேண்டாம் என்று அறிவுறுத்த விரும்புகிறேன். ஆனால் நீங்கள் இன்னும் வற்புறுத்தினால், நீங்கள் அப்படிச் சென்றே ஆகவேண்டும் என்றால், உங்களுடன் சில சிறந்த வீரர்கள் இருக்க வேண்டும் என்பதை நான் உறுதி செய்ய வேண்டும்.’

இளவரசன் உதயணன் காட்டுக்குச் செல்வதில் உறுதியாய் இருந்தான். அரை மனதுடன், அமைச்சரின் வலியுறுத்தலால் சில வீரர்களைத் தன்னுடன் அழைத்துச் செல்ல ஒப்புக்கொண்டான்.

காட்டை அடைந்ததும், கோஷாவதி வீணையை வாசிக்கத் தொடங்கினான். பல யானைகளும் இசையைக் கேட்க வந்தன. அப்போதுதான், தூரத்தில் இசையைக் கேட்டு ஒரு பெரிய யானை விலகிச் செல்வதை அவன் கவனித்தான். அவன் தன் வீரர்களிடம், ‘என்னை விட்டு விலகி சென்ற யானையே கிடையாது. மாறாய், காட்டு யானைகள் கூடத் தீங்கு விளைவிக்காமல், இசைக்கு மயங்கி என்னைச்

சரணடையும். நீங்கள் அனைவரும் இருப்பதால், அந்தப் பெரிய யானை இங்கு வரவில்லை என்று நினைக்கிறேன். அதனால் நீங்கள் சென்று விடுங்கள். இது என் உத்தரவு,' என்று ஆணையிட்டான்.

தயக்கத்துடன், வீரர்கள் பின்வாங்கினர். இளவரசனைத் தூரத்திலிருந்து பார்த்தனர். இளவரசன் உதயணன் வீணையை எடுத்துக்கொண்டு அவந்தியின் உள்ளே இருந்த காட்டுப் பகுதிக்குள் நுழைந்தான். அவன் யானையைப் பார்த்தான். ஆனால் அது தொடர்ந்தது இசை இருந்தபோதிலும், அவனிடமிருந்து விலகிச் சென்றது. இளவரசன் உதயணனால் என்ன தவறு என்று புரிந்து கொள்ள முடியவில்லை. யானையின் நடத்தை கோஷாவதியை அவமதிப்பதாய் இருந்தது என்று அவன் நினைத்தான். அதனால் அவன் யானையைத் தொடர்ந்து காட்டுக்குள் சென்றான். அவந்தி நாட்டிற்குள் அவன் இருந்தபோது, யானையின் வெற்று வயிற்றிலிருந்து வீரர்கள் வெளிப்பட்டனர். இளவரசன் சிறை பிடிக்கப்பட்டார். அவர்கள் அரசரின் திட்டப்படி, உதயணனை உரிய மரியாதையுடன் பிரத்யோதாவிடம் ஒப்படைத்தனர்.

பிரத்யோத அரசர் உதயணனின் அழகில் மயங்கினார். உதயணனைத் தன் மகளை மணந்து கொள்ளுமாறு வேண்டினால் மறுப்பான் என்று அவர் அறிந்திருந்தார். எனவே, அவனை ஏமாற்ற முடிவு செய்து, அவர் உதயணரைக் கைதியாய் நடத்தாமல் இருக்க உறுதி செய்து கொண்டார். மாறாய், பிரத்யோதா அவனை ஒரு முக்கியமான விருந்தினராகக் கருதி, 'அன்புள்ள உதயணனே, உங்களை இந்த வழியில் கொண்டு வந்ததற்கு மன்னிப்புக் கேட்டுக் கொள்கிறேன். எனக்கு ஒரு அழகற்ற குறுகிய மனமுள்ள எதையும் கற்கும் திறனற்ற மகள் இருக்கிறாள். நீங்கள் அவளுக்கு வீணை வாசிக்கக் கற்றுக் கொடுத்தால், உங்களை மகிழ்ச்சியுடன் விடுதலை செய்கிறேன். நீங்கள் வீணை வாசிப்பில் அற்புதமான ஆசானாய்ப் பெரிய புகழ் பெற்றுள்ளீர்கள். காட்டு விலங்குகளும் உங்கள் பேச்சைக் கேட்கும். உங்களிடமிருந்தும் ஏதாவது என் மகள் கற்றுக்கொள்வாள் என்று நான் உறுதியாய் நம்புகிறேன். ஆனால், வகுப்பின் போது, உங்கள் இருவரையும் பிரிக்கும் திரைச்சீலை எப்போதும் இருக்கும் என்பதை நினைவில் கொள்ளுங்கள். நீங்கள் அவள் முகத்தைப் பார்க்க கூடாது. இல்லையெனில், அவள் அழகற்ற முகம் உங்களை இங்கிருந்து ஓடச் செய்யும்,' என்று அரசரிடம் கூறினார்.

பின்னர், பிரத்யோதா தனது மகள் வாசவதத்தைத் தன்னுடைய தனிப்பட்ட அறைக்கு அழைத்தார். ‹நான் ஒரு திமிர் பிடித்த அரசனை என் கைதியாய்ப் பிடித்துள்ளேன். அவருக்கு வீணை வாசிக்க நன்றாய்த்

தெரியும், ஆனால் அவர் அழகற்ற குறுகிய மனப்பான்மைக் கொண்டவர். அவர் இங்கே இருக்கும் போது அவரது இருப்பைப் பயன்படுத்திக் கொண்டு, நீ அவரிடம் வீணை வாசிக்கக் கற்று கொள்ளலாம் என்று நினைக்கிறேன். ஆனால் தயவு செய்து அவரை எப்பொழுதும் பார்த்து விடாதே. அவரது கோரமான முகத்தைப் பார்த்தால் நீ ஓடி விடுவாய். அவர் உனக்குக் கற்றுத் தரும் கல்வியில் உன் கவனத்தை வைத்திரு - அதற்கு மரியாதை கொடு. உடல் வடிவம் பற்றிக் கவலைப்பட வேண்டாம். ஒரு குரு என்றால், ஒரு பெரிய மனிதர்!' என்று அறிவுறுத்தினார்.

இதனால், அவர்களின் எதிர்பார்ப்பை அவர் குறைத்தார். வாசவதத்தையும் உதயணனும் ஓர் தனிப்பட்ட அறையில், அவர்களின் இசைப் பாடங்களைக் கற்கத் தொடங்கினர், அவர்களைப் பிரிக்கும் திரையுடன்.

வாசவதத்தை ஒரு கூர்மையான மாணவி என்பதை உதயணன் விரைவில் உணர்ந்தான். அவள் வேகமாய் கற்றுக்கொண்டாள்.

ஒரு நாள், வகுப்பின் போது, ஒரு தவறான குறிப்பை வாசித்தாள். உதயணன் கலங்கினான். 'ஓ இளவரசி, நீங்கள் அழகற்ற திமிர் பிடித்த இளவரசி மட்டுமல்லாமல், சென்ற அமர்வில் செய்த பாடங்களைச் சரியாய்ப் பயிற்சி செய்யவில்லை... அழகு கடவுளின் கைகளில் இருக்கலாம், ஆனால் நீங்கள் செய்யக்கூடியது அறிவைப் பின்தொடர்வதில் கவனம் செலுத்துவதுதான்,' என்று கோபத்துடன் கூறினான்.

வாசவதத்தை கோபமடைந்தாள். 'கோரமான இளவரசே, ஒரு இளவரசியை எப்படி மதிக்க வேண்டும் என்று நீங்கள் கற்றுக்கொள்ள வேண்டும். அதுமட்டுமின்றி, நீங்கள் இன்னும் என் தந்தையின் கைதி. நான் தவறு செய்தேன் என்பதை ஒப்புக்கொள்கிறேன். ஆனால் அது நான் அவசரமாய் வந்ததால் நேற்றைய பயிற்சியைச் செய்ய முடியாமல் போனது. ஆசிரியர் கனிவுடன் இருந்து, தனது மாணவர்களுக்கு நன்றாய் வழிகாட்ட வேண்டும். உங்களுக்கு அந்தத் தகுதி இருப்பதாகத் தெரியவில்லை, உங்கள் நல்ல தோற்றம் இல்லாதது போலவே,' என்று பதிலுக்கு போபத்துடன் கூறினாள்.

வார்த்தைப் பரிமாற்றம் நடந்தது. கோபத்தில், அவர்கள் ஒருவரை நோக்கி மற்றவர் திரை வரை நடந்தனர். இளவரசி திரைச்சீலையை இழுத்தாள். திடீரென்று, அவர்கள் ஒருவரையொருவர் பார்த்துக்கொண்டனர். அவர்கள் இருவரும் பேரழகுடன் இருந்தனர்.

உடன் காதலில் விழுந்தனர். இதுவே பிரத்யோதாவின் திட்டமாய் இருந்தது.

அன்று முதல் உதயணன் வாசவதத்தையைத் தினமும் பார்க்க விரும்பினான். வீணை வாசிக்கக் கற்பிப்பது மறந்து போனது. அதற்குப் பதிலாய், அவர்கள் பேசினார்கள், தோட்டங்களில் நடந்தார்கள், ஒன்றாய், நேரத்தைச் செலவிட்டனர்.

விரைவில், உதயணன் அவளை மணந்து, தன் நாட்டிற்குச் செல்ல விரும்பினான். ஆனால் அரசனின் கைதியாய், பிரத்யோதாவிடம் அவர் மகளின் திருமணத்திற்காய்க் கேட்க வெட்கப்பட்டான். இளவரசன் இல்லாத போது, முதலமைச்சர் யௌகாந்தராயன், கோட்டையைச் பாதுகாப்பதில் மும்முரமாய் இருந்தார். தனது முதலமைச்சருக்கு இரகசிய செய்தி அனுப்ப ஒரு வழியைக் கண்டுபிடித்தான். இளவரசி வாசவதத்தை உடன் ஓடிப்போவதற்கான விருப்பத்தையும் வெளிப்படுத்தினான்.

ஒரு நாள் இரவு, யௌகாந்தராயன், இளவரசனை மீட்க பத்ரா என்று பெயரிட்ட ஒரு பெண் யானையை அனுப்பினார். ப்ரத்யோத அரசர் திட்டத்தை அறிந்து கொண்டார். ஆனால் அடுத்த நாள் காலை வரை எதுவும் செய்யவில்லை. இளவரசி வாசவதத்தையும், இளவரசன் உதயணனும் அரண்மனையிலிருந்து ஓடிவிட்டனர். பத்ரா அவர்களை மீண்டும் வத்சதேசத்திற்கு அழைத்து வந்தது.

அடுத்த நாள், தனது மகள் அரச கைதியுடன் ஓடிப்போனது குறித்து, வருத்தப்படுவதைப் போன்று, நன்றாய் பிரத்யோதா நடித்தார். அவர்களைக் கண்டுபிடிக்க சில வீரர்களை அனுப்பினார். அவர்கள் செல்வதற்குள், அந்தத் தம்பதிகள் வத்சாவின் தலைநகரான கௌசாம்பியில், இன்றைய அலகாபாத்தில் இருப்பார்கள் என்பதை அறிந்திருந்தார். திட்டமிட்டபடி, வீரர்கள் வெறுங்கையுடன் திரும்பி வந்தனர்.

இளவரசன் உதயணன் விரைவான ஆனால் பிரமாண்டமான முறையில் வாசவதத்தையைத் திருமணம் செய்து கொண்டான். தம்பதியர் ஒன்றாய் மகிழ்ச்சியான வாழ்க்கையை நடத்தினர். இளவரசன் உதயணன் இன்னும் அப்படியே இருந்தான், ஏனென்றால் அவன் அவைக்குச் செல்லவில்லை. ஆனால் இப்போது, அவன் தனது பெரும்பாலான நேரத்தை வாசவதத்தையுடன் கழித்தான். அவர்களது அன்பும் பக்தியும் பரஸ்பரம் இருந்தன. பலமுறை, வாசவதத்தை தன் கணவனிடம் தனது அரச கடமைகளில் கூடுதல் நேரம் செலவிட

வேண்டும் என்று சொல்லிப் பார்த்தார், ஆனால் உதயணன் தனது வழிகளை மாற்றிக்கொள்ளவில்லை.

காலம் கடந்தது. நாட்டின் எதிர்காலம் பற்றிய கவலை யௌகாந்தராயன் உள்ளத்தில் மிகவும் வளர்ந்தது. ஒரு நாள், உதயணன் அரண்மனையை விட்டு வெளியே இருந்த போது, அமைச்சர் சென்று, அரசியின் அறையில் அரசியல் நிலைமையை விளக்கினார். 'இளவரசி வாசவதத்தை, என் குழப்பத்தைப் புரிந்துகொள்ள தயவு செய்து வேண்டுகிறேன். நம்முடைய நாடு ஒரு சிறிய நாடு. எங்கள் அண்டை வீட்டார் வலிமையானவர்கள், சக்தி வாய்ந்தவர்கள். சூழ்நிலைகள் வித்தியாசமாய் இருந்திருந்தால், இளவரசர் திருமணம் செய்து கொள்ள நமது பெரிய அண்டை மாநிலங்களிலிருந்து இளவரசிகள் இராஜதந்திர காரணங்களுக்காய் அறிவுறுத்தப்பட்டிருப்பார். காதலுக்காய் அல்ல.'

'நமது அண்டை நாடுகளில் ஒன்றான மகத நாடு நம்மை ஆக்கிரமிக்க ஆயத்தமாய் உள்ளது. அப்படி நடந்தால் நாம் அனைவரும் அழிந்து விடுவோம். அமைதி காக்க, மகதத்தின் இளவரசி பத்மாவதியை, நம் இளவரசன் திருமணம் செய்யப் பரிந்துரைக்கிறேன். மகத நாட்டின் அரசரைத் தனது மகளின் இரண்டாவது திருமணத்திற்காய் அணுகினாலும், அவர் தயங்கலாம். உதயணன் உங்கள் மீதும், நீங்கள் அவர் மீதும் கொண்டுள்ள அன்பு பாசம் மிகவும் புகழ் பெற்றது. அவரது மகளுக்கு அத்தகைய திருமணத்திற்கு முன் எந்த அரசனும் ஆழமாய் நினைப்பான். இன்று நான் சொன்னதை நினைத்துப் பார்க்க வேண்டும் என்று நான் உங்களை வலியுறுத்துகிறேன்.'

யௌகாந்தராயன் புறப்பாட்டிற்குப் பிறகு, வாசவதத்தை கவலைப்பட்டாள். அவள் ஓர் இளவரசி. அந்த அரச திருமணங்கள் பெரும்பாலும் நாடுகளின் நலனுக்காய் ஏற்பாடு செய்யப்பட்டன என்பதை அறிந்திருந்தாள். அவள் முன்னால் பார்த்த வழக்கத்திற்கு மாறான சவால் கணவர் மீண்டும் திருமணம் செய்து கொள்ள, ஏற்கச் செய்ய வேண்டுவது. அவ்வாறு செய்ய அரசனின் சிறப்புரிமையாயும் உரிமையாயும் கருதப்பட்ட காலமாய் இருந்தாலும், தன் கணவனை இன்னொரு திருமணம் செய்து கொள்ளச் சொல்வது ஒரு பெண்ணுக்கு மிகவும் கடினம்.

விரைவில், வாசவதத்தை தன் மனதை உறுதி செய்து கொண்டு அவளை ஆதரித்த யௌகாந்தராயனுடன் வெளிப்படையாய்ப் பேசினாள். குடிமக்களின் நலனுக்காய், இளவரசனுக்கும் அத்தகைய அரசியல் திருமணத்தின் முக்கியத்துவத்தை வலியுறுத்தினாள்.

உதயணன் திட்டவட்டமாய் மறுத்தான். ‹நீ என்னுடன் இருக்கும் வரை, வாசவதத்தை, எனக்கு வேறு எந்தப் பெண்ணும் மனைவியாய் இருக்க முடியாது,’ என்று கூறினான்.

மறுநாள், யௌகாந்தராயன் இன்னொரு திட்டத்துடன் வந்து, வாசவதத்தையிடம் பகிர்ந்து கொண்டார். ‘இளவரசியே, நம் பிரச்சனையைத் தீர்க்க நான் வித்தியாசமான அணுகுமுறை ஒன்றை நினைத்துள்ளேன். நீங்கள் உயிருடன் இருக்கும் வரை, அவர் மீண்டும் திருமணம் செய்து கொள்ள மாட்டேன் என்று இளவரசர் கூறுகிறார். எனவே, நீங்கள் இறந்து விட்டதாய் சில நேரம் பாசாங்கு செய்யலாம். இளவரசர் பத்மாவதியைத் திருமணம் செய்து கொண்டபின், நீங்கள் பாதுகாப்பாய்த் திரும்பலாம். உதயணன் உங்கள் மீது கொண்ட அன்பு நித்தியமானது, உங்கள் இருவரையும் விடக் கூடுதலாய் உணர்வார் யாரும் இல்லை. நீங்கள் என்ன நினைக்கறீர்கள்? இந்தத் திட்டத்திற்கு நீங்கள் எனக்கு உதவுகிறீர்களா?’ என்று கேட்டார்.

முதலில் வாசவதத்தை திடுக்கிட்டாள். ஆனால் மேலும் அவள் அதைப் பற்றி யோசிக்க, யௌகாந்தராயனின் திட்டமே நாட்டையும் மக்களைப் பாதுகாக்கும் ஒரே வழி என்று அவள் உணர்ந்தாள். ஒரு இளவரசியாய், அதைச் செய்வது அவளுடைய கடமை. உதயணனை விட்டுப் பிரிந்து செல்வது அவளுக்குக் கடினமாய் இருந்தது. ஆனால் அது கூடுதல் நன்மைக்காய் செய்யப்பட வேண்டும் என்பது அவளுக்குத் தெரியும்.

ஒரு வாரத்தில் இத்திட்டம் உச்சக்கட்டத்தை எட்டியது. இளவரசி வாசவதத்தை, யௌகாந்தராயனுடன் சேர்ந்து, ஒரு திருவிழாவிற்காய் லாவணிகாவிற்குச் செல்ல திட்டமிட்டார்கள். இளவரசன் உதயணனும் அவர்களுடன் செல்ல விரும்பினான். ஆனால் அவன் அவ்வாறு செய்ய இளவரசி அனுமதிக்கவில்லை. சிறிது நேரம் கழித்து, உதயணனுக்கு விழாக்களில் பயங்கரமான தீ விபத்து ஏற்பட்டு, இளவரசி வாசவதத்தை, அதில் இறந்துவிட்டாள் என்ற செய்தி வந்தது.

உதயணனால் துக்கத்தை அடக்க முடியவில்லை. தன்னைத்தானே தண்டித்துக்கொண்டான். ‘நான் ஏன் வாசவதத்தையுடன் செல்லவில்லை?’ குறைந்தபட்சம் நாம் இருவரும் ஒன்றாய் இறந்திருக்கலாம். இது போன்ற வாழ்க்கையின் மூலம் துன்பப்படுவதை விட நன்றாய் இருந்திருக்கும்,’ என்று கூறிக்கொண்டான்.

அவன் தன் மந்திரியான யௌகாந்தராயனைச் சபித்தான். ‘ஏன் அவர் என் இளவரசியைப் பாதுகாக்கவில்லை?’ ஆனால் அது மிகவும் தாமதமானது. எதுவும் செய்ய முடியாது என்று இளவரசனுக்குத் தெரியும்.

திருட்டுத்தனமாய், யௌகாந்தராயன் வாசவதத்தையைத் தன் வீட்டிற்கு அழைத்துச் சென்றார். எல்லோரிடமிருந்தும் மறைந்து, அவள் அங்கு வாழ்ந்தாள்.

பல மாதங்களுக்குப் பிறகு, யௌகாந்தராயன் வசதியாய், பத்மாவதியின் திட்டத்தை மீண்டும் ஒருமுறை இளவரனிடம் கொண்டுவந்தார்.

தயக்கத்துடன், உதயணன் அரசியல் காரணங்களுக்காய் ஒப்புக்கொண்டான், பின்னர் அவனுக்குப் பக்கத்தில் இளவரசி வாசவதத்தை இல்லை.

விரைவில், திருமண ஏற்பாடுகள் தொடங்கின. மணமகள் சுற்றத்தாருடன் வந்து சேர்ந்தார். அமைச்சரின் வீட்டில், இளவரசி வாசவதத்தை அமைதியற்று மேலும் விலகி இருக்க முடியாமல் தவித்தாள். கணவனைத் திருமணம் ஆவதற்கு முன் மீண்டும் ஒருமுறை பார்க்க வேண்டும் என்ற ஆவல் கொண்டாள்.

ஒரு நாள் மதியம் உதயணன் திருமண மண்டபத்தை ஒட்டி இருந்த அறையில் தூங்கிக் கொண்டிருந்தான்.

வாசவதத்தை இயல்பான புடவையில், தலையையும் முகத்தையும் மூடி, மாறுவேடமிட்டு வந்தாள். மௌனமாய் அவனுடைய அறையை நெருங்கினாள்.

உள்ளே நுழைந்ததும் உதயணன் தூக்கத்தில் முணுமுணுப்பதைக் கண்டாள். 'ஓ வாசவதத்தை, நீ மட்டும் லாவணிகாவில் சாகாமல் இருந்திருந்தால், நாம் மிகவும் மகிழ்ச்சியாய் இருந்திருப்போம். நீ இல்லாமல் என் வாழ்க்கை முழுமையடையாது...' என்று கூறிய வண்ணம் இருந்தான்.

வாசவதத்தையால் கண்ணீரைக் கட்டுப்படுத்த முடியவில்லை. அவள் அருகே சென்று, கிசுகிசுத்து, ‹நான் எப்போதும் உங்களுடன் இருக்கிறேன்.› அவள் கடைசியாய் இளவரசரைப் பார்த்துவிட்டு, விரைவாய் அவனுடைய அறையை விட்டு விலகிச் சென்றாள்.

இளவரசன் திடுக்கிட்டு எழுந்தான். யௌகாந்தராயனை அழைத்தான். மேலும், 'வாசவதத்தை இறக்கவில்லை. அவள் உயிருடன் இருக்கிறாள். நான் அவளை எனது கனவில் பார்த்தேன்! அவள் வாழ்கிறாள் என்பதை என் எலும்புகளில் உணர்கிறேன். அவள் ஒரு எளிய புடவை அணிந்து கொண்டு, என் அறையில் என்னைப் பார்த்தாள். வரவிருக்கும் திருமணத்தை ஏன் நிறுத்திவிட்டு, அவளைத் தேடக் கூடாது?' என்றான்.

யௌகாந்தராயன் சிரித்தார். 'இளவரசே, இளவரசி வாசவதத்தை உயிருடன் இல்லை. உங்கள் தீவிர அன்பின் காரணமாய் நீங்கள் அவளைக் கனவு கண்டீர்கள். இது வெறும் கனவு - கனவு வாசவதத்தை,' என்றார்.

இதற்கிடையில், வாசவதத்தை தூரத்திலிருந்து மணமகளைப் பார்க்க முடிவு செய்தாள். அனைவரும் அவளைத் தயார்படுத்துவதில் மும்முரமாய் இருந்தனர்.

காத்திருக்கும் ஒரு பெண்மணி வாசவதத்தையைப் பார்த்து அவளை ஒரு பூக்காரி என்று தவறாய் எண்ணினாள். 'கல்யாணத்துக்கு இரண்டு மாலைகள் செய்யுங்கள்' என்று அறிவுறுத்தி, கூடிய விரைவில் பணியை முடிக்க அமரும்படி கட்டளையிட்டாள். வாசவதத்தை இரண்டு மாலைகள் தயாரிக்கத் துவங்கினாள். வழக்கத்திற்கு மாறான முறையில் கணவரின் திருமணத்திற்கு மாலைகளை, கூதுகமலா எனப்படும் மாலை நுட்பத்துடன் செய்தாள். ஒவ்வொரு மாலையின் முடிவிலும் சோகம் ஆழமாய் வளர்ந்தது. அவள் அவற்றைச் செய்து முடித்த நேரத்தில், அவளால் கண்ணீரை அடக்க முடியாமல் போனது.

திருமண விழாவின் போது, மாலைகள் பரிமாறப்பட்டன. ஜோடி அதிகாரப்பூர்வமாய் திருமணம் செய்து கொண்டது.

வாசவதத்தை ஒரு திரைக்குப் பின்னால், கண்களில் கண்ணீர் நிறைந்து நின்றாள்.

சுற்றியிருந்த கழுத்து மாலையில் உதயணன் தன் விரல்களால் வருடினான். அவன் ஒன்றை உணர்ந்து உரத்த குரலில், 'இந்த மாலையில் நிச்சயமாய் வாசவதத்தையின் கை வண்ணம் தெரிகிறது. இதை வேறு யாராலும் செய்ய முடியாது. ஏனென்றால் நான்தான் அவளுக்குக் கூதுகமலா கற்றுக் கொடுத்தேன். அவள் உயிருடன் இருக்கிறாள் என்று நான் உறுதியாய் நம்புகிறேன். இப்போது, நான் அவளை ஆவலுடன் பார்க்க விரும்புகிறேன்,' என்று உரைத்தான்.

யௌகாந்தராயன் முன் வந்து, 'அரசே, எல்லாம் என் செய்கை. தயவுசெய்து என்னை மன்னியுங்கள். இளவரசி உண்மையில் உயிரோடு நலமுடன் இருக்கிறார். நாட்டை படையெடுப்பிலிருந்து காப்பாற்ற, அவரால் செய்ய முடிந்ததைச் செய்ய ஒப்புக்கொண்டார். தயவு செய்து எங்கள் இருவரையும் மன்னியுங்கள்,' என்று வணங்கி நின்றார்.

அமைச்சர் சொல்லி முடித்ததும், திரைக்குப் பின்னால் நின்றிருந்த வாசவதத்தை வெளியே வந்தாள். அவளைக் கண்டதும் அரசரின் மகிழ்ச்சிக்கு எல்லையே இல்லை. அவரது நல்ல எண்ணம் கொண்ட அமைச்சரை மன்னித்தான்.

புது மணப்பெண் பத்மாவதி வாசவதத்தையை அணுகினாள். அவளை வணங்கி, சகோதரியாய் ஏற்றுக்கொண்டான்.

புதுப்பிக்கப்பட்ட புரிதலுடனும் ஞானத்துடனும், உதயணன் இரு இளவரசிகளுடன் மகிழ்ச்சியுடன் வாழ்ந்தான்.

வட மொழி இலக்கியத்தில் நன்கு அறியப்பட்ட இந்த நாடகம் ஒரு இரத்தினமாய் கருதப்படுகிறது. வாசவதத்தைக்கும் உதயணனுக்கும் இடையே இருந்த தூய பாசம் வட மொழியில் எதிர்கால இலக்கியத்திற்கான உத்வேகமாய் ஆனது.

# மறக்கப்பட்ட மனைவி

வச்சஸ்பதி மிஸ்ரா, சிறந்த கல்வித் திறன் கொண்டவர், மகத நாட்டின் (இன்றைய பீகார்) மிதிலைப் பகுதியில், பொ.ஆ.பி. 900 மற்றும் 980 இடையே பிறந்தார். அவரது ஒற்றை தாய், வத்சலா, அவனை வளர்க்கும் போது பல துன்பங்களை எதிர்கொண்டாள்.

வாசஸ்பதி இளைஞனாய் மாறியதும், அவருக்குத் திருமணம் செய்வது பற்றி அவள் நினைத்தாள். விரைவில், அவள் அவனுக்காய் பக்கத்துக் கிராமத்தைச் சேர்ந்த ஒரு இளம் மணமகளைக் கண்டுபிடித்தாள். அவள் அவளைப் பற்றி மகனிடம் பேசினாள்.

'என்னுடைய ஒரே நோக்கம் வேதாந்த சூத்திரங்கள் அல்லது பிரம்ம சூத்திரங்கள் பற்றிய ஒரு உரையை (பாஷ்யத்தை), வர்ணனையை எழுதுவதுதான். வேதங்கள் எனக்கு மிகவும் முக்கியமானதும் பிரியமானதும். என்னுடைய உரை நாட்டிற்குச் சேவை செய்ததாய் இருக்கும், என்று வச்சஸ்பதி தன் தாயிடம் கூறினார். 'ஒருமுறை நான் ஒரு உரையை எழுதத் துவங்குகிறேன், நான் அதில் மூழ்கிவிடுவேன், கணவன் அல்லது தந்தையின் கடமைகளைச் செய்ய மாட்டேன். அது உங்களுக்குத் தெரியும் தாயே. தயவு செய்து இதை மணமகள் தரப்பில் தெரிவிக்கவும். ஆனால் சொல்லுங்கள் தாயே. இதையெல்லாம் கேட்டு விட்டு எனக்குத் திருமணம் நடக்க வேண்டுமா?'

மகனின் முடிவால் வத்சலா ஆச்சரியப்பட்டாள். அவர் திருமணம் செய்து ஒரு பெண்ணின் வாழ்க்கையைக் கெடுப்பது வீண் என்று உணர்ந்தாள். தயங்கித் தயங்கித் தன் மகனின் கருத்தை மணப்பெண்ணின் தந்தையிடம் பகிர்ந்து கொண்டாள். அனைவரும் அதிர்ச்சியடைந்தனர். வச்சஸ்பதியின் வெளிப்படை தன்மை, பணிவையும் நேர்மையையும் கண்டு, பெண்ணின் தந்தை பாராட்டினார். அவர் மகளின் கருத்தைக் கேட்டார். அந்த இளம்பெண், 'அவரைத் திருமணம் செய்து கொண்டு அவருடைய நிபந்தனைக்குக் கட்டுப்படுவேன்,' என்றாள்.

வச்சஸ்பதி மகிழ்ந்தார். தன் மகள் சிறந்த பெண்ணாய்த்தான் இருக்க வேண்டும் என்பதை உணர்ந்தார். என்ன சிரமங்கள் அவளுக்கு முன்னால்

இருந்தன என்று தெரிந்திருந்தும், அவள் அவனைத் தேர்ந்தெடுத்தது சிறப்பு.

இந்த இணை, வியாச பூர்ணிமா புனித நாளில் திருமணம் செய்து கொண்டது. அது அவருக்கு உரையை எழுதத் துவங்க, மிக அற்புதமான நேரமாயும் அமைந்தது. பிறகு திருமணம் முடிந்து வீட்டை அடைந்த தருணம், வராண்டாவில் அமர்ந்து எழுதத் தொடங்கினார். நாட்கள் இரவுகளாய் மாறியது. அவருடைய தாய் வத்சலா அவர் விரும்பியதைக் கொண்டு வந்து தந்தார். அவரது மனைவி கவனித்துக்கொண்டார்.

மாதங்கள், பருவங்கள், வருடங்கள் கடந்தன, வச்சஸ்பதி தன் வேலையில் கவனம் செலுத்தினார். சில வருடங்கள் கழித்து அவருடைய தாய் இறந்தார். இப்போது, அவரது மனைவி தனது கணவரைக் கவனித்துக் கொண்டார். மிகக் குறைவான உடல் தேவைகள் இருந்தன—குளியலும், உணவும் மற்றும் சில மணிநேரங்கள் தூக்கமும்.

பல ஆண்டுகளாய், அவள் எந்த எதிர்பார்ப்பும் இல்லாமல் அவருக்குச் சேவை செய்தாள். அவரது பார்வையிலிருந்து விலகி. அவர் எழுதிய பனை ஓலைகள் எப்பொழுதும் கைவசம் இருக்கும், விளக்கு நல்லெண்ணெயில் இரவு முழுவதும் இருந்தது துணி துவைக்கப்பட்டது, புதிய உணவு எப்போதும் சரியான நேரத்தில் வழங்கப்பட்டது. மேலும் அவர் வேலை செய்யும் போது அவர் எந்தவித தொந்தரவிற்கும் ஆளாகவில்லை. வச்சஸ்பதி அவள் இத்தனை நன்றாய் கவனித்துக் கொள்வாள் என்று நினைத்தும் பார்க்கவில்லை.

ஒரு இரவு, அவர் இறுதியாய் தனது உரையை முடித்தார். வச்சஸ்பதி எழுத்தாணியைக் கீழே வைத்துவிட்டு எழுந்து நின்றார். அவர் உள்ளே பரவசம்! இறுதியாய், அவரது வாழ்க்கையின் வேலை முடிந்தது.

மங்கலான வெளிச்சத்தில், அறையின் மூலையில், ஒரு வயதான பெண் தூங்குவதைக் கண்டார்.

சிறிய சத்தத்தில், அவள் தூக்கத்திலிருந்து கிளர்ந்தாள்.

வச்சஸ்பதி அவளிடம், 'கிழவியே, நீ யார்? இந்த நேரத்தில் என் அறையில் என்ன செய்கிறாய்?'

'நான் உங்கள் மனைவி. நீங்கள் என்னை பல ஆண்டுகளுக்கு முன்பு திருமணம் செய்து கொண்டீர்கள். இத்தனை ஆண்டு காலம், நீங்கள் மிகவும் மும்முரமாய் எழுதிக் கொண்டிருந்தீர்கள். நான் உங்களைத் தொந்தரவு செய்யவில்லை.'

வச்சஸ்பதி திகைத்துப் போனார். அவர் தெளிவில்லாமல் அழகான இளம் மணமகள் அவரது நினைவுக்கு வந்தார். இப்போது வெளிப்படையாய் இந்த வயதானவர் பெண். உண்மையிலேயே இவ்வளவு நேரம் கடந்ததா? பிறகு அவர் ஒரு எண்ணெய் பானையில் தன்னுடைய பிரதிபலிப்பைப் பார்த்தார். கிட்டத்தட்டத் தன்னை அடையாளம் காணவில்லை- அது ஒரு முதியவரின் முகம்.

வச்சஸ்பதி தன் மனைவியிடம் சென்று அவள் கைகளைப் பார்த்தார். அவருக்கு அருகில் உணவு பரிமாறவும், விளக்கில் எண்ணெய் நிரப்பவும் செய்த அவர் அறிந்த அதே கைகள் தான் என்று நினைவுக் கூர்ந்தார். ஆனால் அவள் முகம் அல்ல. அவர் கன்னங்களில் கண்ணீர் வழியத் தொடங்கியது. 'நான் உங்களுக்கு அநியாயம் செய்துவிட்டேன். உனக்கான என் கடமைகள் எதையும் நான் நிறைவேற்றவில்லை, ஆனால் நீ செய்திருக்கிறாய். உன்னைப் போன்ற மிகவும் நிபந்தனையற்ற அன்பு கொண்ட ஒரு பெண் எனக்குக் கிடைத்தது என் பாக்கியம், பெரிய மனதுடன் என்னைப் பொறுமையாய் நடத்தி இருக்கிறாய். நீ உண்மையிலேயே விதிவிலக்கானவள். உன் பெயரை நான் தெரிந்து கொள்ளலாமா?'

கிழவி சிரித்தாள். அவள் சொன்னாள், ‹நான் உங்கள் நிபந்தனையை ஏற்றுக்கொண்டேன். உங்களைத் திருமணம் செய்து கொண்டேன், அன்பான கணவரே! எனக்குத் தெரியும் நீங்கள் தத்துவத்தில் இவ்வளவு பெரிய உயரங்களை அடைந்த போது, உங்களை அன்புடனும் பாசத்துடனும் கவனித்துக் கொள்ள யாராவது உங்களுக்குத் தேவைப்படும். என்னால் முடிந்த அனைத்தையும் செய்துள்ளேன். என் பெயர் பாமதி,' என்று அமைதியுடன் கூறினாள்.

வச்சஸ்பதி அவளைப் பார்த்துத் தலையசைத்துவிட்டுத் தன் மேசைக்குப் போனார்.

இறகை எடுத்து, தான் முடித்திருந்த உரையின் முதல் பக்கத்தைத் திறந்தார். அது ஒரு தகுதியான தலைப்பிற்குக் காலியாய் வைக்கப்பட்டிருந்தது. அவர் நடுங்கும் கையால் எழுதினார்-பாமதி.

வச்சஸ்பதி தன் மனைவியிடம் திரும்பி, 'இதற்கு உன்னுடைய பெயரை வைத்துள்ளேன். இதை யார் படித்தாலும் என்னை நினைவில் கொண்டும், கொள்ளாமலும் இருக்கலாம். ஆனால் அவர்கள் நிச்சயமாய் உங்களை நினைவில் கொள்வார்கள். ஒரு மனிதனின் ஒவ்வொரு மகத்தான செயல்களுக்குப் பின்னும், கூடுதல் தகுதியுள்ள ஒரு

பெண்ணின் நிபந்தனையற்ற அன்பு எப்போதும் இருக்கிறது. மனிதனை விட அங்கீகாரம் பெற வேண்டும். இந்தப் படைப்புகளை விட மிகப் பெரியது பெண்கள் என்பதை உலகுக்கு உணர்த்த வரலாற்றில் நீங்கள் சிறந்தவராய் எடுத்துக்காட்டாய் இருப்பீர்கள்,' என்றார்.

தற்போதைய காலத்தில், வச்சஸ்பதி மிஸ்ராவைப் பற்றி நமக்கு அவ்வளவாய்த் தெரியாது, ஆனால் அத்வைத வேதாந்தத்தின் பாமதி பள்ளி பற்றி அனைவருக்கும் தெரியும். இன்று, பாமதியின் பெயர் மிகுந்த பொறுமைக்கும் நிபந்தனையற்ற அன்பிற்கும் ஒத்ததாய் உள்ளது.

# JAICO PUBLISHING HOUSE

Elevate Your Life. Transform Your World.

1946ல் தோற்றுவிக்கப்பட்ட ஜெய்கோ பப்ளிஷிங் ஹவுஸ் நிறுவனம், பரமஹம்ச யோகானந்தா, ஓஷோ, தலாய் லாமா, ஸ்ரீ ஸ்ரீ ரவிசங்கர், சத்குரு ராபின் ஷர்மா, தீபக் சோப்ரா, ஜாக் கேன்ஃபீல்டு, ஏக்நாத் ஈஸ்வரன், தேவ்தத் பட்னாயக், குஷ்வந்த் சிங், ஜான் மேக்ஸ்வெல், பிரையன் டிரேசி, ஸ்டீபன் ஹாக்கிங் போன்ற, உலகம் மேன்மையடைய உதவிய நூலாசிரியர்களின் படைப்புகளை வெளியிட்டு வந்துள்ளது.

காலம் சென்ற எங்களுடைய நிறுவனரான திரு. ஜமன் ஷா, ஜெய்கோவை முதன்முதலில் ஒரு புத்தக வினியோக நிறுவனமாகத்தான் தோற்றுவித்தார். இந்தியாவின் சுதந்திரம் எந்த நேரத்திலும் வந்துவிடும் என்பதை அவர் உணர்ந்தபோது, அவர் தன் நிறுவனத்திற்கு ஜெய்கோ என்று பெயர் சூட்டினார் (ஜெய் என்றால் இந்தியில் வெற்றி என்று பொருள்). வளர்ந்து வந்து கொண்டிருக்கும் ஒரு நாட்டில் எல்லோருக்கும் கட்டுப்படியாகும் விலையில் புத்தகங்கள் கிடைக்க வேண்டும் என்ற தேவையை நிறைவேற்றுவதற்காக, திரு ஷா அவர்கள், பின்னர் ஜெய்கோவின் சொந்தப் பதிப்பு நிறுவனத்தைத் துவக்கினார். இந்தியாவில் ஆங்கில மொழியில் 'பேப்பர் பேக்' புத்தகங்களைப் பதிப்பித்த முதல் நிறுவனம் ஜெய்கோதான்.

சுயமுன்னேற்றம், சமயம், தத்துவம், மனம்/உடல்/ஆன்மா, மற்றும் வணிகம் தொடர்பான நூல்களை நாங்கள் அதிகமாக வெளியிட்டு வந்தாலும், பயணம், நடப்பு நிகழ்வுகள், வாழ்க்கை வரலாறுகள், பிரபல அறிவியல் நூல்கள் ஆகியவற்றை உள்ளடக்கிய பலதரப்பட்ட நூல்களையும் நாங்கள் வெளியிடுகிறோம். பிரபலமான புதினங்கள்மீது இப்போது நாங்கள் குறிப்பிடத்தக்க கவனம் செலுத்தி வருகிறோம். இந்தியா மற்றும் வெளிநாடுகளைச் சேர்ந்த புதிய இளம் எழுத்தாளர்களின் பல்வேறு நூல்களை நாங்கள் வெளியிட்டிருப்பது இதற்குச் சான்று பகரும். மொழிபெயர்ப்புப் பிரிவு ஒன்றையும் சமீபத்தில் நாங்கள் துவக்கியிருக்கிறோம். சிறந்த ஆங்கில நூல்களை ஒன்பது இந்திய மொழிகளில் நாங்கள் மொழிபெயர்த்து வெளியிட்டு வருகிறோம்.

தன்னுடைய சொந்த நூல்களைப் பதிப்பிக்கின்ற மற்றும் வினியோகிக்கின்ற ஒரு நிறுவனமாக இருப்பதோடு கூடவே, சர்வதேச அளவிலும் இந்திய அளவிலும் முன்னணி வகிக்கின்ற பிற பதிப்பாளர்களின் படைப்புகளை இந்திய அளவில் வினியோகிக்கின்ற ஒரு பெரிய நிறுவனமாகவும் ஜெய்கோ திகழ்கிறது. மும்பையைத் தலைமையகமாகக் கொண்டு செயல்படுகின்ற ஜெய்கோவிற்கு, அகமதாபாத், பெங்களூர், போபால், புபனேஷ்வர், சென்னை, தில்லி, ஹைதராபாத், கொல்கத்தா, லக்னோ ஆகிய நகரங்களில் கிளைகளும் விற்பனை அலுவலகங்களும் இருக்கின்றன.

SINCE 1946